கண் பேசும் வார்த்தைகள்

நா.முத்துக்குமார்

டிஸ்கவரி பப்ளிகேஷன்ஸ்
எண்: 9, பிளாட் எண்: 1080A, ரோஹிணி பிளாட்ஸ்
முனுசாமி சாலை, கே.கே.நகர் மேற்கு,
சென்னை - 600 078. பேச: 99404 46650

வெளியீட்டு எண்: 0378

கண் பேசும் வார்த்தைகள்
ஆசிரியர்: நா.முத்துக்குமார்

Kan pesum vaarthaigal

Na.Muthukumar

Copyright: Jeeva Muthukumar©

1st Edition: Dec - 2020-6th Nov - 2024

ISBN: 978-93-89857-40-5

Pages: 120.

Rs. 150

Publisher	*Sales Rights*
Discovery Publications	**Discovery Book Palace (P) Ltd**
No. 9, Plot,1080A, Rohini Flats, Munusamy Salai, K.K.Nagar West, Chennai - 78. Tamilnadu, India. Mobile: +91 99404 46650	No. 1055-B, Munusamy Salai, K.K.Nagar West, Chennai-600 078. Mobile: +91 87545 07070

discoverybookpalace@gmail.com / www.discoverybookpalace.com

இந்த நூலில் பிரசுரமாகியுள்ள எந்த ஒரு பகுதியையும், பதிப்பாளரின் எழுத்துபூர்வமான முன்அனுமதி பெறாமல் எடுத்தாள்வதோ, மறுபிரசுரம் செய்வதோ, மொழியாக்கம் செய்வதோ, அச்சு மற்றும் மின்னணு ஊடகங்களில் மறுபதிப்பு செய்வதோ, காப்புரிமைச் சட்டப்படி தடை செய்யப்பட்டுள்ளது. இந்த நூலிலிருந்து குறிப்பிட்டப் பகுதிகளை மேற்கோள்காட்டி புத்தக விமர்சனம் செய்ய, ஊடகங்களுக்கு மட்டும் அனுமதி உண்டு.

உங்கள் மொபைல் போனிலிருந்து ஸ்கேன் செய்து டிஸ்கவரி புக் பேலஸின் மொபைல் ஆப்பை டவுன்லோடு செய்து, புத்தகங்களை வாங்குங்கள்.

சமர்ப்பணம்

அறிமுகப்படுத்திய சீமானுக்கும்
அடையாளப்படுத்திய செல்வராகவனுக்கும்

அப்பாவின் புத்தகம்

அப்பாவின் கண்களைப் பார்த்தால்
தீ போல தெரியும்!
அவர் எழுதிய வரிகளோ
பூ, போல விரியும்!

அப்பாவின் கைகள்
இரும்பு போல இருக்கும்!
அவரின் கற்பனைகளோ
எரிமலைக் குழம்பு போல தெறிக்கும்!

அப்பாவின் கால்கள் புலிபோல்
பதுங்கிச் செல்லும்!
அவரின் கருத்துகளோ
எங்கிருந்தாலும் அது வெல்லும்!

அப்பாவின் மூளை அவரது கற்பனைச்
சாலையைக் கடக்கும்!
இது எனது வரப்போகும்
கவிதைப் புத்தகத்தின் தொடக்கம்!

அப்பாவின் புத்தத்தை வாங்கி
தமிழ் வளர்க்க வாருங்கள்!
எங்கள் குடும்பத்தில்
நீங்களும் ஒன்றாகச் சேருங்கள்!

நன்றி
கவிஞர் **ஆதவன் முத்துக்குமார்**.

டிசம்பர் - 2020

நா.முத்துக்குமார் (1975)

காஞ்சிபுரம் அருகில் உள்ள கன்னிகாபுரம்தான் நா.முத்துக்குமாரின் சொந்த ஊர். தறிக்கூடத்தின் ஒலியில் வளர்ந்த இவர், கிராம பள்ளிக்கூடத்தில் படித்துமுடித்து, காஞ்சிபுரம் பச்சையப்பனில் இளங்கலை இயற்பியல் பட்டமும், சென்னை பச்சையப்பன் கல்லூரியில் முதுகலை தமிழ் இலக்கியப் பட்டமும், சென்னை பல்கலைக்கழகத்தில் திரைப்பாடல் ஆய்வுக்காக முனைவர் பட்டமும் பெற்றவர்.

இவரது கவிதைகள், ஆங்கிலம், மலையாளம், இந்தி, பிரெஞ்சு, ஜெர்மன் ஆகிய மொழிகளில் மொழிபெயர்க்கப்பட்டு, பல்வேறு பல்கலைக்கழகங்களில் பாடத்திட்டமாகவும் வைக்கப்பட்டுள்ளன.

'பட்டாம்பூச்சி விற்பவன்' தொகுப்புக்காக 1997ம் ஆண்டின் 'ஸ்டேட் பாங்க் விருது' பெற்றுள்ளார். 1999ஆம் ஆண்டிலிருந்து திரைப்படங்களுக்குப் பாடல்கள் எழுதி வந்த நா.முத்துக்குமார், திரைஇசைப் பாடல்களுக்காக, சிறந்த பாடலாசிரியருக்கான இந்திய அரசின் தேசிய விருது, பிலிம்:ஃபேர் விருது, தமிழக அரசின் கலைமாமணி விருது மற்றும் சிறந்த பாடலாசிரியர் விருது என பல விருதுகளையும் பெற்றுள்ளார்.

நா.முத்துக்குமாரின் அனைத்து நூல்களையும் அவரது நினைவுப் பதிப்பாக வெளியிடுவதில் டிஸ்கவரி புக் பேலஸ் பெருமைகொள்கிறது.

இந்த நூல்கள் வெளிவருவதற்குப் பெரிதும் துணையாக இருந்த திரைப்பட இயக்குனர்கள் ஏ.எல்.விஜய், அஜயன் பாலா, படைப்பாளர்கள் பவா செல்லதுரை, கே.வி.ஷைலஜா வழக்கறிஞர் சுமதி ஆகியோருக்கும் மற்றும் நூல்களை வெளியிட அனுமதி தந்த நா.முத்துக்குமாரின் மனைவி ஜீவா, மகன் ஆதவன் முத்துக்குமார் ஆகியோருக்கும் நெஞ்சார்ந்த நன்றிகள்.

நூல்களின் விற்பனை மூலம் பெறப்படும் தொகையில், ஒரு பகுதி நா.முத்துக்குமாரின் குடும்பத்தினருக்கு அளிக்கப்படுகிறது என்பதினால் வாசகர்களும் பெருமையடையலாம்.

- பதிப்பாளர்

நன்றி

திரு. மனோஜ்குமார் மற்றும்
தினமணி ஆசிரியர் குழு

பொருளடக்கம்

1. கண் பேசும் வார்த்தைகள் — 9
2. பறந்து செல்லும் அலைகள் — 15
3. இறைவன் எழுதும் இரண்டாம் கவிதை — 19
4. மந்தாகினியும் லஜ்ஜாவதியும் — 23
5. தேவதைகள் தவறவிட்ட கைக்குட்டை — 27
6. தேர் நடந்த பாதை — 31
7. கோடுகள் தொடர்கின்றன — 35
8. முதல் திருட்டு — 40
9. சூப்பர் ஸ்டாரு பட்டம் — 46
10. விழாமலே இருக்க முடியுமா — 51
11. திட்டுங்கள் திட்டப்படும் — 56
12. என் போதி மரத்தின் வேர்கள் — 60
13. ஜென் தோட்டத்து சரளைக்கல் — 64
14. கடிகாரத்து முட்கள் — 68
15. வாத்துகள் விட்டுச்சென்ற நட்சத்திரங்கள் — 72
16. கிராமத்து வேர்கள் — 76
17. பட்டாம்பூச்சி விற்பவன் — 80
18. விசிட்டிங் கார்டு — 85
19. ரயில் பெட்டியும் நகைப் பெட்டியும் — 89
20. மோனலிசாவின் புன்னகை — 93
21. இரும்புப் பசுவின் வியர்வை — 97
22. கடவுளின் சங்கீதம் — 102
23. காட்டு நெருப்பின் நடனம் — 106
24. கருப்பு வெள்ளைப் பூக்கள் பிறந்த கதை — 110
25. தேநீர் குடிப்பதைப்போல் — 115

1. கண் பேசும் வார்த்தைகள்

காதலும் காற்றும் கதவைத் தட்டி அனுமதி கேட்டுவிட்டு உள்ளே வருவதில்லை. காற்று நுழையாத இடத்தில்கூட காதல் நுழைந்துவிடும். ஒரு வழிப்போக்கன்போல் வரும் காதல், உரிமையாளன்போல் வீட்டுக்குள் தங்கிவிடுகிறது. காலம்காலமாக இந்த மண்ணில், ஜெயித்தக் காதலைவிட தோல்வியுற்றக் காதலும் ஒருதலைக் காதலுமே காவியமாகி நம் மனதில் இடம்பெற்றிருக்கின்றன.

'இந்தச் சோகம்கூட சுகமானது. ஏனென்றால், இது நீ தந்த சோகம்!' என்கிறான் ஓர் உருதுக் கவிஞன். தண்ணீரைவிடவும் ரத்தத்தைவிடவும் அடர்த்தியானது கண்ணீர்த்துளி. இதயத்தின் அறைகளில் இமயமலையின் பாரத்தை எடுத்து வைப்பவைதான் காதல் தோல்விப் பாடல்கள். சமீபத்தில், அப்படி நான் எழுதி பிரபலமான பாடல், '7ஜி ரெயின்போ காலனி' படத்தில் வரும் 'கண் பேசும் வார்த்தைகள் புரிவதில்லை' என்ற பாடல். இந்தப் பாடலை எப்போது கேட்டாலும் அதன் உள்ளே ஊடாடிக்கொண்டிருக்கும் சுகமான வலி, என் உயிருக்குள் ஊஞ்சலாடுகிறது. இந்தப் பாடல் உருவானதற்குப் பின்னால் பல சுவாரஸ்யமான சம்பவங்கள் ஒளிந்திருக்கின்றன.

ஒருநாள் அதிகாலையில் செல்வராகவன் அழைத்து '7ஜி ரெயின்போ காலனி'யின் முழுக் கதையையும் சொன்னார். அந்தக் கதையில் இருந்த உலகத் தரமும், நகர்ப்புற

இளைஞர்களின் வாழ்க்கை குறித்தான குறுக்குவெட்டுத் தோற்றமும் கேட்ட உடனேயே வசீகரித்தன. 'நினைத்து நினைத்துப் பார்த்தேன்', 'கனாக் காணும் காலங்கள்', 'இது போர்க்களமா' பாடல்கள் எழுதி முடித்து, கடைசியாகப் பதிவான பாடல்தான், 'கண் பேசும் வார்த்தைகள். செல்வராகவன் மீண்டும் ஒரு நாள் அழைத்து இந்தப் பாடலுக்கான சூழலைச் சொல்கிறார்.

"நாயகன் நேசிக்கும் பெண், அவனைத் தவறாக எண்ணி, செருப்பால் அடித்துவிடுகிறாள். அவள் சார்ந்த மதத்தின் கலாசாரப்படி பௌர்ணமி நிலவொளியில் அவளுக்கு வேறு ஒரு பையனுடன் நிச்சயதார்த்தம் நடக்கிறது. இந்தச் சூழலில் நாயகன் பாடுகிறான். உன்னுடன் ஒரு நாளாவது வாழ மாட்டேனா என்ற உருக்கம் வரிகளில் வேண்டும்" என்று இயக்குநர் சொல்ல, யுவன் பிரமாதமான ஒரு மெட்டைக் கொடுத்தார்.

அலைவரிசை ஒத்துப்போகும் நண்பர்களுடன் பணியாற்றுவது சுகமான அனுபவம் அல்லவா? யுவன், செல்வராகவன் கூட்டணியுடன் கம்போஸிங் என்றால் என் எழுதுகோல் சலங்கை கட்டிக்கொள்ளும். அரட்டையும், கிண்டலும், கவிதையுமாய் பாடல்கள் பிறக்கும். நானும் செல்வராகவனும் பாடலைச் சரிசெய்து கொண்டிருப்போம். யுவன் நடுவில் வந்து "இதோ டாக்டரே வந்துட்டாரே" என்று சத்தமாகச் சொல்லி, அதற்கு கீபோர்டில் "டொய்ங்க்" என்று தொடர் நாடகங்களின் இசை அமைத்துக் காட்டுவார், "தங்கச்சி.. முள்ளு மேல சேலையைப் போட்டுட்டியே!" என்று வேறொரு வசனம் சொல்லி அதற்கு இன்னொரு "டொய்ங்க்." சூழல் களைகட்டி ரம்மியமாகிவிடும். தீப்பந்தம் வைத்து தேனை எடுக்காமல், இயல்பாக மலரும் பூக்களைப்போல் பாடல் பிறக்கும். இயக்குநர் செல்வராகவன் என் திரைவாழ்வில் எனக்கு நிறைய முதன்முதல்களை அறிமுகப்படுத்தியிருக்கிறார். முதன்முதலாக நான் முழுப் பாடல்கள் எழுதியது அவர் படத்தில்தான். முதல் விமானப் பயணம், முதல் வெளிநாட்டுப் பயணம் என தன் சிறகுகளில் என்னையும்

ஏற்றி வெளிச்சப்படுத்தியவர். தேர்ந்த இலக்கிய வாசகர், உலக சினிமாவை விரல் நுனியில் வைத்திருப்பவர். எதிர்கால தமிழ்சினிமாவின் முகங்களை மாற்றியமைக்கப் போகும் இயக்குநர்களில் முக்கியமானவர்.

'கண் பேசும் வார்த்தைகள்' பாடலில் வரும் ஒவ்வொரு வரிக்கும் ஒரு கதை இருக்கிறது. நான் பயணங்களின் பிரியன். பேருந்தும் ஜன்னலும் பயணங்களும் என்னை இன்னும் உயிர்ப்புடன் வைத்திருக்கின்றன. ஏழெட்டு ஆண்டுகளுக்கு முன்பு இப்படித்தான் ஊட்டிக்குச் சென்றேன். டிசம்பர் இறுதி என்பதால், செடி கொடிகள் சிகரெட் பிடிப்பதுபோல் எங்கும் பனி. எனக்கு ஒரு பழக்கம் உண்டு. வித்தியாசமான ஊர்ப்பெயரைப் பார்த்தால் அந்த ஊருக்குச் சென்றுவிடுவேன்.

மாலை ஐந்து மணி இருக்கும். ஊட்டி, பேருந்து நிலையத்தில் நின்று பேருந்துகளை நோட்டம் விட்டேன். 'உள்ளத்தீ' என்ற பெயர்ப் பலகையோடு ஒரு பேருந்து நின்றுகொண்டிருந்தது. ஊட்டியிலிருந்து ஒன்றரை மணி நேரப் பயணம் என்றார்கள். இரவுக்குள் திரும்பிவிடலாம் என்றெண்ணி ஏறிவிட்டேன். கொண்டை ஊசி வளைவுகளில் ஏறி இறங்கி ஏதோ ஒரு நெடிதுயர்ந்த மலையை நோக்கி பேருந்து நகர்ந்தது. தேயிலைக் காடுகள், கேரட் தோட்டங்கள் என ஒரு தியான நிலையைப்போல் தொடர்ந்தது பயணம். "உலகிலேயே மூன்று அழகான காட்சிகள் என்ன தெரியுமா? புன்னகைக்கும் குழந்தையின் முகம், பனியில் நனைந்த உருளைக்கிழங்குத் தோட்டம், பள்ளத்தாக்கு முழுக்க பூத்த பூக்கள்" என்று எப்போதோ படித்த ஸ்வீடன் நாட்டுப் பொன்மொழி ஞாபகத்துக்கு வந்தது. எவ்வளவு உண்மையான வார்த்தைகள்! என் கண்கள் பாக்கியம் செய்தவை. இந்த மூன்று காட்சிகளையும் 'உள்ளத்தீ' ஊருக்குச் செல்லும் வழியில், அடுத்தடுத்துப் பார்க்க நேர்ந்தது. பனிப் போர்வையில் உறங்கும் குழந்தைகளைப்போல, அறுவடை செய்து குவிக்கப்பட்டிருந்த உருளைக்கிழங்குத் தோட்டங்கள், 'இந்த இடத்திலேயே இறங்கிவிடு' என எனக்குள் ஆர்வம்

எழுப்பிக்கொண்டிருந்தன. மாலை ஏழு மணிக்கு 'உள்ளத்தீ'யில் பேருந்து நின்றது. அன்று பௌர்ணமி என்பதால் நிலவொளியில் உயர்ந்து அடங்கி பனி ஒரு தெய்வீகத் தன்மையைத் தோற்றுவித்தது. தேநீர் சாப்பிடலாம் என வண்டியிலிருந்து இறங்கினேன்.

கடைகளைக் காணோம். திரும்பி வந்து பார்த்தால் நான் வந்த பேருந்தையும் காணோம். புதிய சூழலும் இரவும் லேசான பய அலைகளைத் தோற்றுவித்தாலும், அருகிலிருந்த ஒரு வீட்டின் கதவைத் தட்டி விவரத்தைச் சொன்னேன். பனி காரணமாக இரவில் பேருந்து கிடையாதாம். அருகிலிருந்த மலையைக் காட்டி, "அந்த மலையில் 'மேலூர்' என்றொரு ஊர் உண்டு, அங்கிருந்து ஊட்டிக்கு எஸ்டேட் ஜீப்புகள் செல்லும்" என்றார்கள். மேலூரை நோக்கி மலைப் பாதையில் குளிரில் நடுங்கியபடி இருளில் கசியும் நிலவொளியின் துணையுடன் ஏறிக்கொண்டிருந்தேன். ஏதோ ஒரு சிற்றூரில் விளக்குகள் எரிந்துகொண்டிருந்தன. ஆகாயத்தில் நிலா இரசிப்பதற்கு ஆளே இன்றி மலைத் தாவரங்களின் இலைகளில் வெளிச்சத்தை ஊற்றிக்கொண்டிருந்தது. 'கண்டுகொள்ள யாரும் இல்லா காட்டிலும் பொழிகிறது நிலா' என்றெண்ணியபடி மேலூரை அடைந்தேன்.

நான் சென்றபோது அந்த ஊரில் ஒரு கல்யாண வரவேற்பு நடந்துகொண்டிருந்தது. தோடர்கள் வீட்டுக் கல்யாணம்.

கன்னடம் கலந்த சடங்குப் பாடலும், கல்யாண விருந்துமாக அந்த இடம் இன்றும் எனக்குள் ஒரு அமானுஷ்யமான பரவசத்துடன் தங்கியிருக்கிறது. இந்தப் பயணமே ஏழு வருடங்கள் கழித்து 'கண் பேசும் வார்த்தைகள்' பாடலில் "காட்டிலே காயும் நிலவைக் கண்டுகொள்ள யாருமில்லை. தூரத்தில் தெரியும் வெளிச்சம் பாதைக்குச் சொந்தமில்லை" என ஒருதலைக்காதலுக்கான இரண்டு உருவகங்களை எனக்குக் கொடுத்தது.

பல்லவி

கண்பேசும் வார்த்தைகள் புரிவதில்லை
காத்திருந்தால் பெண் கனிவதில்லை!
ஒரு முகம் மறைய மறு முகம் தெரிய
கண்ணாடி இதயமில்லை! – கடல்
கைமூடி மறைவதில்லை!

காற்றில் இலைகள் பறந்த பிறகும்
கிளையில் தழும்புகள் அழிவதில்லை!
காயம் நூறு கண்ட பிறகும்
உன்னை உள்மனம் மறப்பதில்லை!

ஒருமுறைதான் பெண் பார்ப்பதினால்
வருகிற வலி அவள் அறிவதில்லை!
கனவினிலும் தினம் நினைவினிலும்
கரைகிற ஆண்மனம் புரிவதில்லை!

சரணம்–1

காட்டிலே காயும் நிலவை
கண்டுகொள்ள யாருமில்லை!
கண்களின் அனுமதி வாங்கி
காதலும் இங்கே வருவதில்லை!

தூரத்தில் தெரியும் வெளிச்சம்
பாதைக்குச் சொந்தமில்லை!
மின்னலின் ஒளியைப் பிடிக்க
மின்மினிப் பூச்சிக்குத் தெரியவில்லை!

விழி உனக்குச் சொந்தமடி
வேதனைகள் எனக்குச் சொந்தமடி!
அலை கடலைக் கடந்தபின்னே
நுரைகள் மட்டும் கரைக்கே சொந்தமடி!

நா.முத்துக்குமார்

சரணம்-2

உலகத்தில் எத்தனை பெண்ணுள்ளது
மனம் ஒருத்தியை மட்டும் கொண்டாடுது!
ஒருமுறை வாழ்ந்திட திண்டாடுது
இது உயிர்வரை பாய்ந்து பந்தாடுது!

பனித்துளி வந்து மோதியதால்
இந்த முள்ளும் இங்கே துண்டானது!
பூமியில் உள்ள பொய்களெல்லாம்
அட புடவை கட்டிப் பெண்ணானது!

புயல் அடித்தால் மலை இருக்கும்
மரங்களும் பூக்களும் மறைந்துவிடும்
சிரிப்பு வரும் அழுகை வரும்
காதலில் இரண்டுமே கலந்து வரும்!

2. பறந்து செல்லும் அலைகள்

சமீபத்தில் இணையதளத்தில் ஒரு ஆங்கிலக் கவிதை படித்தேன். அந்தக் கவிதை இப்படி ஆரம்பிக்கிறது:

'அன்பே உன் கண்ணீர்த்துளிதான் எவ்வளவு கொடுத்து வைத்தது... அடுத்த பிறவியில் உன் கண்ணீர்த் துளியாகப் பிறக்க ஆசைப்படுகிறேன்..!'

முதல் இரண்டு வரிகளைப் படித்ததும் ஆச்சர்யமாக இருந்தது. காதலியின் ஈர உதடுகளில் தவழும் புன்னகை யாகப் பிறக்க ஆசைப்படலாம். அது நியாயமான கோரிக்கை.

கண்ணீர்த்துளியாகப் பிறக்க ஒரு கவிஞன் ஆசைப் படுகிறானே! ஆனால், அடுத்தடுத்த வரிகளைப் படித்ததும் இதயம் ஒரு கணம் துடிப்பதை நிறுத்திவிட்டது. அடடா! என்று என்னையறியாமல் வாய்விட்டுக் கூவினேன்.

அந்தக் கவிஞன் தொடர்கிறான்:

"ஏன் நான் உன் கண்ணீர்த்துளியாகப் பிறக்க ஆசைப்படுகிறேன் தெரியுமா? உன் கண்ணீர்த்துளி உன் கண்களில் பிறக்கிறது.... உன் கன்னங்களில் தவழ்கிறது.... உன் உதடுகளில் தன் வாழ்வை முடித்துக்கொள்கிறது!"

படித்து முடித்ததும் அந்தக் கவிஞனின் மீதும் கண்ணீர்த்துளியின் மீதும் மரியாதை கூடிவிட்டது.

அதற்குப் பிறகு, கண் எதிரே யார் அழுதாலும் கண்ணீர்த்துளியோடு இந்தக் கவிதையும் பயணிக்கிறது.

ஆதாம் – ஏவாள், ஆப்பிள் கடித்த காலத்திலிருந்து இப்படித்தான் மனிதர்கள் காதல் வளர்த்துத் திரிகிறார்கள். காதல் வளர்ப்பதையே பல்லவியின் முதல் வரியாக எழுதினால் என்ன? அந்த வாய்ப்பு எனக்கு 'மன்மதன்' படத்தில் கிடைத்தது. சிலம்பரசன் என் பாடல் வரிகளின் ரசிகர். 'காதல் கொண்டே'னில் நான் எழுதிய 'தேவதையைக் கண்டேன்' பாடல் வரிகளைச் சந்திக்கும் போதெல்லாம் சிலாகித்துச் சொல்வார். அந்தப் பாடலைப் போன்று உயிர் கசியும் ஏக்கத்துடன் ஒரு பாடல் வேண்டும் என சிம்புவும், இயக்குனர் ஏ.ஜே.முருகனும் கேட்க, இருபது நிமிடத்துக்குள் ஸ்டூடியோவிலேயே எழுதிய பாடல்தான் 'காதல் வளர்த்தேன்' பாடல்.

மௌனங்களையும் இசையாக்கும் யுவன்சங்கர் ராஜாவின் கூட்டணியில், எனக்குக் கிடைத்த மீண்டும் ஒரு வெற்றிப் பாடலாக இப்பாடல் அமைந்தது. பாடல் பதிவாகி முடித்தபோது, "பாடல் ஏழு நிமிடங்களைத் தாண்டி நீள்கிறதே... கொஞ்சம் குறைக்கலாமா?" என யுவன் கேட்டார். "ஏழு நிமிடம் அல்ல... எழுபது நிமிடம் ஒலித்தாலும் திகட்டாத தரம் இப்பாடலில் இருக்கிறது" என நம்பிக்கையுடன் சிம்பு சொன்னார். அந்த நம்பிக்கையைத் தமிழ் ரசிகர்கள் நிரூபித்தார்கள்.

சென்றவாரம் சென்னையிலிருக்கும் தனியார் மருத்துவ மனையிலிருந்து ஒருவர் தன்னை அறிமுகப் படுத்திக்கொண்டு தொலைபேசியில் என்னுடன் உரையாடினார். "எனக்கு அம்பது வயசாகுது. சில வருஷங்களுக்கு முன்பு அப்பா, அம்மா இறந்துட்டாங்க. என் பசங்க அமெரிக்காவுல இருக்காங்க. சில நாட்களுக்கு முன்பு சாலை விபத்துல ரெண்டு கால்களையும் இழந்து மருத்துவமனையில் இருக்கேன்.

அடிக்கடி போன் பண்ணா காசாகும்னு பசங்க ஈ–மெயில்ல நலம் விசாரிக்கிறாங்க, சொந்தக்காரங்க

எல்லாம் போனாலும் ஒரே ஆறுதலா என் மனைவிதான் பக்கத்துல இருக்கா.

இன்னொரு ஆறுதல் 'காதல் வளர்த்தேன்' பாட்டுல வர்ற 'தந்தை அன்பு அது பிறக்கும் வரை! தாயின் அன்பு அது வளரும் வரை! தோழி ஒருத்தி வந்து தரும் அன்போ உயிரோடு வாழும் வரை!' என்ற உங்களோட வரிகள்தான். நாள் முழுக்க திரும்பத் திரும்ப இந்தப் பாடலைக் கேட்பேன்" என்றார். கனத்த மனதுடனும் மௌனத்துடனும் அமைதியானேன். பாடல்கள் பிறக்கும் போது மட்டும் அல்ல, காற்றில் பறந்து சென்ற பிறகும் அலை எழுப்பிக்கொண்டுதான் இருக்கின்றன.

பல்லவி

காதல் வளர்த்தேன் காதல் வளர்த்தேன்!
உன்மேல் நானும் நானும் புள்ள காதல் வளர்த்தேன்!
காதல் வளர்த்தேன் காதல் வளர்த்தேன்
என் உசுருக்குள்ள கூடு கட்டி காதல் வளர்த்தேன்!

இதயத்தின் உள்ளே பெண்ணே நான்
செடி ஒண்ணுதான் வெச்சு வளர்த்தேன்!
இன்று அதில் பூவாய் நீயேதான்
பூத்த உடனே காதல் வளர்த்தேன்!

ஏ புள்ள புள்ள உன்ன எங்கே புடிச்சேன்?
ஏ புள்ள புள்ள அதைக் கண்டுபுடிச்சேன்!
ஏ புள்ள புள்ள உன்ன கண்ணில் புடிச்சேன்!
ஏ புள்ள புள்ள உன்ன நெஞ்சில் விதைச்சேன்!

சரணம்-1

பூவின் முகவரி காற்று அறியுமே
என்னை உன் மனம் அறியாதா?
பூட்டி வைத்த என் ஆசை மேகங்கள்
உன்னைப் பார்த்ததும் பொழியாதா?

பல கோடி பெண்கள்தான்
பூமியிலே வாழலாம்!
ஒரு பார்வையால் மனதை
பறித்துச் சென்றவள் நீயடி!

உனக்கெனவே காத்திருந்தாலே
காலடியில் வேர்கள் முளைக்கும்!
காதலில் வலியும் இன்பம்தானே!

தந்தை அன்பு அது பிறக்கும் வரை
தாயின் அன்பு அது வளரும் வரை!
தோழி ஒருத்தி வந்து தரும் அன்போ
உயிரோடு வாழும் வரை!

சரணம்–2

உன்னைத் தவிர இங்கு எனக்கு யாரடி
உனது நிழலிலே ஓய்வெடுப்பேன்!
உனது சுவாசத்தின் சூடு தீண்டினால்
மரணம் வந்தும் நான் உயிர்த்தெழுவேன்!

உன் முகத்தைப் பார்க்கவே
என் விழிகள் வாழுதே
பிரியும் நேரத்தில்
பார்வை இழக்கிறேன் நானடி!

உடல் பொருள் ஆவி அனைத்தும்
உனக்கெனவே தருவேன் பெண்ணே!
உன்னருகில் வாழ்ந்தால் போதும் கண்ணே!

உனது பேரெழுதிப் பக்கத்துல
எனது பேரை நானும் எழுதி வெச்சேன்!
அது மழையில் அழியாம குடை புடிச்சேன்
மழைவிட்டும் நான் நனைஞ்சேன்!

3. இறைவன் எழுதும் இரண்டாம் கவிதை

தமிழர்களின் வாழ்வு சடங்குகளால் ஆனது. சடங்குகள் பாடல்களால் ஆனவை. பிரபஞ்சப் பெருவெளியில் ஒரு புள்ளியான நாம் பிறப்பது முதல் பூமிக்குள் புதைந்து நம் அகங்காரம் அடங்குவது வரை, நம் ஒவ்வொரு பருவமும் ஒவ்வொரு செயலும் சடங்குப் பாடல்களில் இருந்தே தம் உணர்ச்சியைக் கடன் வாங்கிக்கொள்கின்றன.

ஒரு பூ, கடவுளின் வாசத்தை தனக்குள் உணர்கிற போது; ஒரு விண்மீன் ஒளி கூடி தன் இருப்பை வெளிக் காட்டுகிறபோது; ஒரு மலை மீண்டும் தன் ஆதிப் பெரு மௌனத்துக்குத் திரும்புகிறபோது; ஒரு நதி, தன் மேல் விழும் நிலவின் பிம்பத்தை அறிந்து தொடுகிறபோது ஒரு பெண் பூப்படைகிறாள்!

இறைவன் இரண்டாவது முறையாக பெண்ணுக்குள் எழுதும் கவிதையே பூப்படைதல், காலப் பெருவெளியில் ஜனனம் தன் கையிலிருக்கும் சாவியை ஒரு பெண்ணிடம் கொடுத்துவிட்டு ஒதுங்கி நிற்கிறது. காதலும் குடும்பமும் தங்கள் சடுகுடு ஆட்டத்தைத் தொடங்க ஆரம்பிக்கின்றன. 'காதல்' திரைப்படத்தில் கதாநாயகி பூப்படையும் சடங்கைச் சூழலாக அமைத்து ஒரு பாடல் வேண்டும் என்றார், இயக்குனர் பாலாஜி சக்திவேல். அப்படத்தின் தயாரிப்பாளர், இயக்குனர் ஷங்கரின் மகாபலிபுரச் சாலையில் உள்ள மாளிகையில் மெட்டமைக்கும் பணி நடந்தது.

பௌர்ணமி வெளிச்சத்தில், கடல் அலைகளில் கால் நனைத்தபடி இந்தப் பாடலின் உருவம் குறித்துப் பேசினோம். பல்லவி, சரணம் என்று இயல்பான வடிவமாக இல்லாமல் இசையும் வரிகளும் இப்போதிருக்கும் போக்கைக் கட்டுடைத்து பல்வேறு ஏற்ற இறக்கங்களில் உணர்வுகளைச் சொல்லவேண்டும் என்று தீர்மானித்தோம்.

இயக்குனர் பாலாஜி சக்திவேல் மென் உணர்வுகளின் சொந்தக்காரர். தீவிர இலக்கியம், உலக சினிமா என ஆழமான அனுபவமும் அறிவும் கொண்ட கலா ரசிகர். முற்போக்கு இயக்கங்களின் தோழர்.

"உங்களுக்கு இந்தப் பாடல் ஒரு சவால். வரிகள் முழுக்க மதுரை மண்ணின் மொழியிலேயே இருக்க வேண்டும்" என்றார். இசையமைப்பாளர் ஜோஷ்வா ஸ்ரீதர் கொடுத்த மெட்டுக்கு இரண்டு இரவுகள் கண்விழித்து செதுக்கிக் கொடுத்தேன்.

படித்துப் பார்த்து பரவசப்பட்ட பாலாஜி சக்திவேல், "டைரக்டர் ஷங்கர் சார், முத்துக்குமார்தான் முழுப் பாடல்களும் எழுதுகிறார் என்று சொன்ன உடன், அவரு காஞ்சிபுரத்துக்காரராச்சே... மதுரை மொழியையும் உணர்வுகளையும் எழுதுவாரான்னு கேட்டார். அவரால் முடியும்னு சொன்னேன். அந்த நம்பிக்கை வீண் போகவில்லை. எல்லா இடத்திலயும் உணர்வுகள் ஒண்ணுதான்னு நிரூபிச்சிட்டீங்க!" என்றார்.

இதே கருத்தை இயக்குனர் ஷங்கர் அவர்களும் ஒலிநாடா வெளியீட்டில் சொன்னபோது மிகவும் மகிழ்ச்சி அடைந்தேன். இருவருக்கும் நன்றி சொன்னேன்.

இப்பாடலில் வரும் 'நான் குழந்தை என்று நேற்று நினைத்திருந்தேன்! அவன் கண்களிலே என் வயதறிந்தேன்!' என்ற வரிகளை சென்ற வருடத்தின் சிறந்த பாடல் வரிகள் என்று எழுத்தாளர் சுஜாதா என்னிடம் தொலைபேசியில் சொன்னபோது கண்விழித்து எழுதிய இரவுகளின் களைப்புக்குப் பக்கத்தில் ஒரு ரோஜாப்பூ பூத்தது.

மதுரை மண்ணின் இயல்பான மனிதர்கள் ஹைக்கூ கவிதை போன்று நுட்பத்துடன் படமாக்கப்பட்டிருப்பது இப்பாடலின் சிறப்பு. சமீபத்தில் சென்னைப் பல்கலைக் கழகத்தின் ஆய்வு மாணவர் ஒருவர் "திரைப்பாடலுக்கும் இலக்கியத்திற்கும் இடைவெளி குறைஞ்சிருக்கு. இந்தப் பாடலை என் ஆய்வுப் பொருளாக எடுத்துக்கொண்டுள்ளேன்" என்று சொன்னபோது இன்னும் கூடுதலாக உழைக்க வேண்டும் என்று என் தோள்களில் கண்ணுக்குத் தெரியாமல் வந்தமர்ந்த பாரம் உணர்த்தியது.

பல்லவி

தண்டட்டி கருப்பாயி
தாழையூத்து மருதாயி
பேச்சியம்மா சடங்காயி
குச்சுக்குள்ளே போனாளே!

கொலுசுக் கால் சத்தமிட
கல் உடைய மண் உடைய
குதியாட்டம் போட்ட புள்ள
குமரிப் புள்ள ஆனாளே!

ஆயிரம்கால் மண்டபத்தை
அரை நாளில் பாத்தவுக
இவ அழகைப் பாக்கணும்னா
ஒரு மாசம் புடிக்குமடி!

குச்சனூரு மாமன் இங்கே
குச்சு கட்ட வந்திருக்கான்
உசிலம்பட்டி மாமன்காரன்
உச்சு கொட்ட வந்திருக்கானே!

கல்லுவெச்ச கம்மலையும்
கனமான சங்கிலியும்
கல்லுப்பட்டி மாமன்காரன்
காலடியில் வெச்சிருக்கான்!
ஆசைக்குப் போட்டு
அழகென்ன காட்டு
ஆத்தாடி அதுக்குத்தான் காத்திருக்கான்!

மொய் எழுதி வந்த நகை
எடை போட்டு மாளுதடி
வெள்ளாட்டாங் குட்டி வெட்டி
வீதியெல்லாம் ரொம்புதடி!
சோத்துக்குள்ள கறியா?
கறிக்குள்ள சோறா?
பந்தியில் சாதி சனம் குழம்புதடி!

கதாநாயகி

அவன் பார்த்ததுமே நான் பூத்துவிட்டேன்!
அந்த ஒரு நொடியை நெஞ்சில் ஒளித்து வைப்பேன்!
நான் குழந்தை என்று நேற்று நினைத்திருந்தேன்!
அவன் கண்களிலே என் வயதறிந்தேன்!

பம்பரக் கால் சுத்தாம
அடக்கி வெச்சிக்கோ

பல்லாங்குழி ஆட என்னை
துணைக்கி வெச்சிக்கோ

பூவுன்னா வண்டுவரும்
புரிஞ்சி நடந்துக்கோ
பொண்ணுன்னா வெட்கம் வேணும்
தெரிஞ்சி நடந்துக்கோ!

ஒத்தையில படுக்காதே
மனசில் வெச்சிக்கோ!–நம்ம
குலசாமி துன்னூறு
தலைக்கு வெச்சிக்கோ!

4. மந்தாகினியும் லஜ்ஜாவதியும்

ஒவ்வொரு படைப்பாளியும் பால்ய வயதில், தான் சேமித்து வைத்துள்ள அனுபவக் கிடங்கில் இருந்தே தனக்கான பாடுபொருளைக் கண்டடைகிறான். பால்ய வயதைப் பாடாத கவிஞன் உண்டா? எழுதாத கதையாளன் உண்டா?

நம் எல்லாருக்கும் பால்ய காலம் பிடித்திருக்கிறது.

ஏனெனில் பால்யத்தில் பிரபஞ்சம் நம்முடையதாக இருந்தது. நாம் கடவுளாக இருந்தோம். பால்யம் ஒரு கண்ணாடி. தன்னுள் விழும் எல்லா பிம்பங்களையும் அந்தக் கண்ணாடி சேமித்து வைக்கிறது. பால்யம் ஒரு நதி. அந்த நதி மேற்பரப்பில் நீர் வற்றிப்போனாலும் மண்ணுக்கு அடியில் வற்றாது ஓடிக்கொண்டிருக்கிறது.

பால்ய காலங்களைப் பதிவு செய்த திரைப்பாடல்கள் தமிழில் மிகக் குறைவு. காதலையும் பால்யத்தையும் குழைத்து ஒரு பாடல் எழுதவேண்டும் என்று எனக்கு நீண்ட நாட்களாக ஒரு ஆசை இருந்தது. மலையாளத்தில் இருந்து தமிழில் மொழி மாற்றமாகி வந்த '4 ஸ்டூடன்ட்ஸ்' படத்தில் 'லஜ்ஜாவதியே' பாடல் மூலம் அந்த ஆசையைத் தீர்த்துக்கொண்டேன்.

'லஜ்ஜாவதியே' பாடலுக்கான சூழலை, பல தேசிய விருதுகள் பெற்ற மலையாள இயக்குநர் ஜெயராஜ் சொன்னபோது என் ஆசைக்கான சூழல் அக்கதையில் இருந்தது. பல்லவியில் காதலை மட்டும் சொல்லிவிட்டு,

இரண்டு சரணங்களிலும் காதலையும் பால்யத்தையும் கலப்பது என்று தீர்மானித்தோம். நான் மீண்டும் குழந்தையாகி என் ஊருக்குள்ளும் பால்யத்துக்குள்ளும் நினைவுகளால் பயணித்தேன்.

என் ஊர் காஞ்சிபுரம் அருகே கன்னிகாபுரம் என்ற கிராமம். என் நினைவுகளில் மட்டும் வாத்துகள் நீந்தும் வேகவதி ஆற்றங்கரையில் இருக்கும் ஊர். இன்று அந்த ஆற்றை சாயக்கழிவுகள் தின்றுவிட்டன. பொன் வண்டுகள் பிடித்து தீப்பெட்டிச் சிறையில் அடைத்ததும், தண்டவாளத்தில் தாமிரக் காசுகளை வைத்து, ரயில் ஏறியதும் காந்தமாக மாறும் எனக் காத்திருந்து காசையும் காலத்தையும் தொலைத்ததும், சிவபெருமானுக்கு அடுத்தபடியாக மூன்று கண்ணுடன் இருக்கும் பனை நுங்கில் வண்டி செய்து, 'பம்பாய்க்குப் போகிறேன்' என்று சொல்லி பசுமாட்டுத் தொழுவத்தைச் சுற்றி வந்ததும் அந்த ஊரில்தான்.

எனக்கு பாம்புகள் என்றால் பயம். படையே நடுங்கும் போது நான் எம்மாத்திரம்? வயல்காடுகளில்... கரும்புத் தோட்டங்களில்... தோட்டத்து வைக்கோல் போரில் என எத்தனையோ பாம்புகள் படம் எடுத்து முடித்து என் பயத்தையும் எடுத்து ஓடியிருக்கின்றன. ஆயினும் தண்ணீர்ப் பாம்புகள் சாதுவானவை. என் நண்பர்கள் தண்ணீர்ப் பாம்பைப் பிடித்து கால்சட்டைப் பையில் போட்டுக் கொண்டு வகுப்பில் வெளியே விட்டு பயமுறுத்துவார்கள். நான் தண்ணீர்ப் பாம்பைப் பார்த்ததும் தலைதெறிக்க ஓடுகிற ஆள். நூறு நூறு பாம்புகள் இருந்தும் கிராமத்தில் வாழ்க்கை சுகமாயிருந்தது. பாம்புகளற்ற நகரத்தில் பயமாக இருக்கிறது.

எழுதித் தீராத பால்யத்தை, மெட்டுக்குள் அடக்கி இயக்குநரிடம் கொடுத்தேன். ஒவ்வொரு வரியையும் சிலாகித்துத் தேர்ந்தெடுத்தார். 'லஜ்ஜாவதியே' மலையாளத்தில் வந்தபோது கேரள மண்ணையே உலுக்கிய பாடல். 'லஜ்ஜாவதியே' என்றுதான் மலையாளத்தில் ஆரம்பிக்கும். முதல் வார்த்தையை மட்டும் வைத்துக் கொள்ளச் சொன்னார்கள். 'லஜ்ஜாவதியே' என்ற வார்த்தைக்கு என்ன அர்த்தம்? லஜ்ஜை என்றால்

வெட்கம். சமஸ்கிருதச்சொல். 'லஜ்ஜாவதியே' என்றால் 'வெட்கப்படுபவளே' என்று பொருளோ? மலையாளம் அறிந்த என் இலக்கிய நண்பர்கள் எழுத்தாளர் ஜெய மோகனிடமும், தினமணி மனோஜ்குமாரிடமும் கேரள நண்பர் ஜிஜோ போன்றோரிடமும் விசாரித்து, நான் புரிந்துகொண்டது சரிதான் என உறுதிப் படுத்திக் கொண்டேன்.

மலையாளத்தில் இப்பாடலை இசையமைத்துப் பாடியவர் ஜெஸ்ஸி கிஃப்ட். தமிழிலும் அவரே பாடினார். ஜெஸ்ஸி கிஃப்ட் எம்.ஏ., படித்து கேரளாவில் நட்சத்திர ஓட்டல்களில் பாடிக்கொண்டிருந்தவர். இப்படத்தின் மூலம் இசையமைப்பாளராகி ஒரே இரவில் கேரளத்தின் ஆன்மாவுக்குள் கலந்துவிட்டவர். 'காதல் கொண்டேன்' உள்பட என் ஒவ்வொரு பாடலையும் வரிக்கு வரி பாடிக் காட்டி, 'நான் உங்கள் வரிகளின் காதலன்' என்று சொன்னபோது சந்தோஷமாக இருந்தது. முதலில் இப்பாடலுக்கு வேறு பல்லவி எழுதினேன்.

'மந்தாகினியே என்னை மயக்குற ரதியே
நதியினிலே நீ குளித்தால்
மீன்கள் முக்தி அடையும்
வீதியிலே நீ நடந்தால்
விபத்துப் பகுதி ஆகும்...' என்று தொடங்கும்.

பிறகென்ன! மந்தாகினி லஜ்ஜாவதி ஆனதும் உங்கள் உதடுகளிலும் உள்ளத்திலும் இடம்பிடித்ததும் உங்களுக்கே தெரியுமே.

பல்லவி

லஜ்ஜாவதியே
என்னை அசத்துற ரதியே
ராட்சசியோ தேவதையோ
ரெண்டும் சேர்ந்த பெண்ணோ
அடைமழையோ அனல் வெயிலோ
ரெண்டும் சேர்ந்த கண்ணோ

தொட்டவுடன் ஓடுறியே
தொட்டாச்சிணுங்கிப் பெண்தானோ
அழகினாலே அடிமையாக்கும்
ராஜராஜ ராணி!

சரணம்-1

பூவரசம் இலையிலே
பீப்பி செஞ்சி ஊதினோம்
பள்ளிக்கூடப் பாடம் மறந்து
பட்டாம்பூச்சி தேடினோம்
தண்ணிப் பாம்பு வரப்பில் வர
தலைதெறிக்க ஓடினோம்

பனங்காயின் வண்டியில்
பசுமாட்டுத்தொழுவத்தை
சுற்றிவந்து பம்பாய்க்குப்
போனதாகச் சொன்னோம்

அடடா வசந்தம்
அதுதான் வசந்தம்!
மீண்டும் அந்தக் காலம் வந்து மழலையாக மாற்றுமா?

சரணம்-2

காவேரி நதியிலே
தூண்டில்கள் போட்டதும்
கண்ணே உன் தூண்டில் முள்ளில்
குட்டித் தவளை விழுந்ததும்.
கைகொட்டி கேலி செய்த
ஞாபகங்கள் மறக்குமா ?

கட்டை வண்டி மையினால்
கட்டபொம்மன் மீசையை
கண்ணே நீ வரைந்துவிட்டு
ராஜராஜன் என்றதும்

அடடா வசந்தம்
அதுதான் வசந்தம்!
காலம் கடந்து போன பின்னும் காதல் கடந்து போகுமோ?

5. தேவதைகள் தவறவிட்ட கைக்குட்டை

கேரள மண்ணைக் காதலிக்காதவர்கள் உண்டா? கடவுளால் ஆசீர்வதிக்கப்பட்ட தேவதைகள் வானத்தில் இருந்து, கை தவறி கீழே விட்ட பூப்போட்டக் கைக்குட்டை தான் கேரளம் ஆயிற்றோ!

மலையாள மண்ணின் மீது தமிழர்கள் காதலாகிக் கசிந்துருகுவதற்கு காரணம் அது நம் சகோதர மண். நம் சங்க இலக்கியத் துறைகளுடன் இன்றும் விளங்கும் மண்.

நெடிதுயர்ந்த பாக்குமரங்களும், அவற்றைப் பற்றிப் படர்ந்து மேலேறும் மிளகுக்கொடிகளும், ரணம் சுமந்தாலும் தாய்மடிபோல் பால் சுரக்கும் ரப்பர் மரங்களும், கைப்பிடி நீண்ட குடைகளைப்போல் தலை விரித்தாடும் நதியோரத்து தென்னைமரங்களும் பலாவும் வாழையும் தேக்கும் மலை முகடுகளைப் போர்த்திக் கிடக்கும் ஏலமும், 'போய் வரும்போல் என்ன கொண்டு வரும்' என்று பாடியபடி நதிப்பூக்களுடன் அலைக்கழியும் வல்லங்களும், உள்ளே உள்ளே இன்னும் உள்ளே ஆழத்தில் நீர்த் தாவரங்களின் மேல் பட்டுத் தெறிக்கும் சூரிய ஒளியில் செதில் அசைக்கும் மீன் கூட்டங்களும் என இந்த தேவதையின் கைக்குட்டையில்தான் எத்தனை எத்தனை ஆச்சரியங்கள்!

நா.முத்துக்குமார்

தகழியின் இலக்கியமும், களரியின் ஆவேசமும், கதகளியின் நளினமும், திருவோணத்தின் உற்சாகமும், புராதனத்திலிருந்து எழுந்த தேக்கு வேலைப்பாடுகளால் ஆன வீடுகளும், கருங்குன்று குழந்தையானதோ என்று எண்ணும்படி சத்தமில்லாமல் அசைந்து கடந்து செல்லும் யானைகளும், நேந்திரம் பழமும், அப்பமும், அடைப் பிரதமனும், சச்சிதானந்தன், சுள்ளிக்காடு, மாதவிக்குட்டி, கடம்மனிட்ட ராமகிருஷ்ணன் போன்றோரின் காற்றில் மிதக்கும் கவிக்குரல்களும், பஷீர், சக்கரியா போன்ற கதையாளர்களும் 'பொன் அரைஞாணம்' போன்ற 'பகல் காட்சி மட்டும்' படங்களும் என தன் சிறப்புகளால் தமிழ் மண்ணில் இன்னமும் சலனங்களை ஏற்படுத்திக் கொண்டுதான் இருக்கின்றன.

இவை எல்லாவற்றுக்கும் மேல், கேரளத்தின் இன்னொரு சிறப்பு வெள்ளை முண்டு அணிந்து தலை குளித்த ஈரக் கூந்தலில் இருந்து சொட்டச் சொட்ட நம்மைக் கடந்து செல்லும் இளம் பெண்கள். ஒரே நேரத்தில் பூவாகவும், தீயாகவும் பெண்கள் இருக்க முடியுமா? பாரதி! உன் ரசனைக்கொரு வணக்கம். சிந்து நதியின் மிசை நிலவினிலே சேர நன்னாட்டிளம் பெண்களுடன் தோணி ஓட்டியிருக்கிறாய்.

எங்கள் ஊர் காஞ்சிபுரத்தில் ஒரு நாயர் டீக்கடை உண்டு. நாயர் டீக்கடைகள் இல்லாத உலகமா? 'ஆம்ஸ்ட்ராங் முதன் முதலில் நிலவில் காலடி எடுத்து வைத்தபோது அங்கும் ஒரு நாயர் டீ ஆற்றிக் கொண்டி ருந்தார்' என்று வேடிக்கையாகச் சொல்வார்கள். எங்கள் ஊர் நாயர் டீக்கடையே இளைஞர்களான எங்களுக்கு சந்திப்பிடமாக இருந்தது. எங்கள் ரத்தத்தை சோதனை செய்து பார்த்தால் 'நாயர் டீ பாஸிடிவ்' என்று வந்தாலும் ஆச்சரியப் படுவதற்கில்லை. சதாசர்வகாலமும் அரட்டையும் ஆனந்தமுமாய் அந்த இடம் எங்களுக்கு அடைக்கலம்

கொடுத்தது. என் கல்லூரி நண்பன் ஒருவன் அப்போது ஒரு மலையாளப் பெண்ணைக் காதலித்தான்.

கொச்சி நகரின் இதயம் பேசும் மொழியைக் காஞ்சி இதயம் கேட்பதற்கு அவனிடம் ஒரு கருவி இருந்தது. அந்தக் கருவிக்குப் பெயர் காதல். 'முப்பது நாளில் மலையாளம் கற்பது எப்படி?' என்ற புத்தகத்தை அவன் படிக்க, 'முப்பது நாளில் தமிழ் கற்பது எப்படி?' என்ற புத்தகத்தை அவள் படிக்க, அறுபது நாளில் விஷயம் அவள் குடும்பத்திற்குத் தெரிந்துவிட்டது.

அரபு நாட்டிலிருந்து வந்த ஒரு பூனை, அந்த கொச்சிக் கிளியைக் கவ்விக்கொண்டு போனது. அவள் மணமாகி, நர்சிங் கோர்ஸ் முடித்து என் நண்பனைத் தவிர எல்லாருக்கும் சிஸ்டர் ஆகிப்போனாள்.

மேற்கண்ட எல்லா சம்பவங்களும் திரைப்படமாக என் மனதில் ஓடிக்கொண்டிருந்தபோது நான் ஒரு ஏ.சி. அறையில் அமர்ந்துகொண்டிருந்தேன். என் முன்னால் 'சினிமாவைக் கண்டுபிடித்த என் மானசீக தெய்வம்' என்று எழுதி தாமஸ் ஆல்வா எடிசனின் படம் மாட்டப்பட்டிருந்தது. அதற்குப் பக்கத்தில் தயாரிப்பாளர் எடிட்டர் மோகனும், அவர் மகன் இயக்குனர் ராஜாவும், இரண்டாவது மகன் ஜெயம் ரவியும் இருந்தார்கள்.

சினிமாவை அணுவணுவாக நேசிக்கும் கலைக் குடும்பம். அவர்களுடைய அலுவலகத்தில் 'எம்.குமரன் S/O மகாலட்சுமி' படத்திற்கான சூழலைச் சொன்னார்கள். மலையாளப் பெண்ணை நேசிக்கும் தமிழ் இளைஞன் பாடும் பாட்டு. அங்கேயே அமர்ந்து எழுதிக் கொடுத்தேன். ஒவ்வொரு வரியையும் சிலாகித்து செல்லுலாய்டில் கவிதையாய் செதுக்கினார்கள். ஸ்ரீகாந்த் தேவாவின் இசையும், பாலசுப்ரமணியத்தின் ஒளிப்பதிவும், ஹரீஷ் ராகவேந்திராவின் குரலும் இந்த சென்னைச் செந்தமிழை தமிழகம் முழுக்கக் கொண்டுசென்றது.

பல்லவி

சென்னை செந்தமிழ் மறந்தேன் உன்னாலே!
சென்னை செந்தமிழ் முழுவதும் மறந்தேன்!
கேரள நாட்டுக் கிளியே நீ சொல்லு
வசியம் வைத்தாயோ!
நேந்திரம் பழமே நெய் மீனே நதியே
மிளகுக் கொடியே நான்

சரணம்-1

சகி உன் நிறம்
செம்பருத்திப் பூ நிறம்
சாலையில் நீ நடந்தால்
விபத்துகள் ஆயிரம்!
உன்னைக் காணவே நிலவும் தோன்றிடும்!
இத்தனை அழகா என்று தேய்ந்திடும்!

சரணம்-2

காதல் கதகளி
கண்களில் பார்க்கிறேன்!
திருவோணம் திருவிழா
இதயத்தில் பார்க்கிறேன்!
பாக்கு மரங்களைக் கழுத்தில் பார்க்கிறேன்!
பேசும் ரோஜா உதட்டில் பார்க்கிறேன்!

6. தேர் நடந்த பாதை

எனக்கு நீண்ட நாட்களாக 'தேரடி வீதி' எனத் தொடங்கி ஒரு பல்லவி எழுத வேண்டும் என்ற விருப்பம் இருந்தது. இயக்குனர் லிங்குசாமியின் 'ரன்' திரைப்படத்தில் அந்த விருப்பம் நிறைவேறியது. லிங்குசாமி கவிதைகளால் செய்யப்பட்ட இதயம் கொண்டவர். அடிப்படையில் அவரும் ஒரு ஹைக்கூ கவிஞர்.

'ரன்' படத்தின் இசையமைப்பாளர் வித்யாசாகர், "நீங்கள் பல்லவி எழுதிக் கொடுங்கள். அதற்கு இசை அமைக்கிறேன்" என்றார்.

'தேரடி வீதியில்' எனத் தொடங்கி ஒரு பல்லவி எழுதிக் கொடுத்தேன். இந்தப் பாடல் பதிவானபோது என் மனத்தில் ஒவ்வொரு வரிக்கும் பின்னிருந்த சம்பவங்கள் அலையடிக்கத் தொடங்கின.

காஞ்சிபுரத்தில் நான் ஏழாவது படித்துக்கொண்டிருந்த போது வகுப்புத் தோழனொருவன் வீட்டில்தான் எப்போதும் இருப்பேன். கிட்டத்தட்ட அந்த வீட்டுப் பிள்ளைபோலவே என்னையும் பார்த்துக்கொண்டார்கள்.

அவர்கள் பிராமண சமூகத்தைச் சேர்ந்தவர்கள். அந்த நண்பனுக்கு ஒரு அக்கா இருந்தது. அந்த அக்கா அகல்விளக்கு ஒளியைப் போல மஞ்சளும் சிவப்பும் கலந்த நிறத்தில் அவ்வளவு அழகாக இருக்கும்.

அழகிகள்கூடத் தேர்வில் ஃபெயிலாவார்களா? அந்த அக்கா ப்ளஸ் டூ தேர்வில் தோற்று டுடோரியல் காலேஜில் படித்து வந்தது.

ஒரு நாள், நண்பனின் வீட்டில் எல்லாரும் வெளியூர் சென்றிருந்தார்கள். நான் சென்றபோது அந்த அக்கா மட்டும் இருந்தது. என்னைப் பார்த்து, "யாருக்கும் தெரியாம ஒரு உதவி செய்வியா? மார்க்கெட் போயி மீன் வாங்கிட்டு வரணும்!" என்றது. எனக்கு ஆச்சர்யமாக இருந்தது. அய்யர் வீட்டில் மீனா? ரகசியமாக வாங்கி வந்து கொடுத்தேன்.

சாம்பிராணி, ஊதுவத்தி என வாசனைப் பொருட்களை எரியவிட்டு அடுத்த வீட்டிற்குத் தெரியாமல் அந்த அக்கா மீனைச் சமைத்தது. மீன் குழம்பு தயாரானதும் சாப்பாடு போட்டு என்னைச் சாப்பிடச் சொன்னது. நான் சாப்பிடச் சாப்பிட, "நல்லா இருக்கா?" என, அடிக்கடி விசாரித்துக்கொண்டே இருந்தது. "நல்லா இருக்கு" என்று பொய் சொல்லியபடி வேகாத மீனும் காரமுமாய் இருந்த அந்தக் குழம்பை கண்ணில் நீர் வர சாப்பிட்டேன்.

அந்த அக்கா டுடோரியல் கல்லூரி ஆசிரியரைக் காதலிக்கிறதாம். அவர் மீன் பிரியராம். அவர் மீன் சாப்பிடும் அழகே தனியாம். அவருக்காகத்தான் தோழி வீட்டில் மீன் சமைக்கக் கற்றுக்கொண்டதாம். இந்த விஷயம் அவருக்குக்கூட தெரியாதாம். கல்யாணத்துக்குப் பிறகுதான் சொல்லுமாம். அந்தக் காதலையும் மீன் குழம்பையும் என் நண்பனிடம்கூட சொல்லாமல் ரகசியமாக வைத்திருந்தேன். என் ரகசியத்தை மதித்து அவர்களும் தங்கள் காதல் தேசத்தின் தூதுவனாக என்னை நியமித்தார்கள்.

பல வருடங்களுக்குப் பிறகு என் ஞாபகத்தில் சிக்கிக் கிடந்த மீன் முள், 'ரன்' படத்தில் 'அய்யரு பொண்ணு மீன் வாங்க வந்தா லவ் மேரேஜின்னு தெரிஞ்சுக்கோ' என்ற பாடல் வரிகளின் மூலம் வெளியே வந்தது. 'தேரடி வீதியில்' பாடல் பிரபலமாகி, ஒரே இரவில் என் வீட்டுக் கதவை 17 டியூன்கள் தட்டின.

இந்தப் பாடல் வந்து மூன்று மாதம் கழித்து, அந்த அக்கா குன்னூரிலிருந்து தொலைபேசியில் தொடர்பு கொண்டது. “நீ தந்த வரிகள்தான் இந்த வரிகள்” என்று குறிப்பிட்டுச் சொன்னேன். “அடப் போடா!” என்றது. “என்ன ஆச்சுக்கா?” என்று விசாரித்தேன். “வீட்டுல சண்டை போட்டு போராடி இவரைக் கல்யாணம் பண்ணிக்கிட்டேன். கல்யாணமான அடுத்த வாரம் ஆசை ஆசையா மீன் குழம்பு சமைச்சேன். உன்னைக் காதலிச்ச அடுத்த நொடியில இருந்து நானும் சைவமா மாறிட்டேன்னு சொல்லி சிரிக்கிறாரு!” என்றது.

பல்லவி

தேரடி வீதியில் தேவதை வந்தா
திருவிழான்னு தெரிஞ்சிக்கோ!
டீக்கடை மறைவில் தம்மு அடிச்சா
தெரிஞ்சவன் வர்றான்னு தெரிஞ்சிக்கோ!

அய்யனாரைத்தான் ஆடு கும்பிட்டா
சைவம் ஆயிட்டாரு தெரிஞ்சிக்கோ!
அய்யரு பொண்ணு மீன் வாங்க வந்தா
லவ் மேரேஜின்னு தெரிஞ்சுக்கோ!
இன்னமும் சொல்றேன் தெரிஞ்சுக்கோ!
தட்சணை கொடுத்து தெரிஞ்சுக்கோ!
வாடா மச்சான் வயசுக்கு வந்துட்டே!
மீசை முளைச்சி முன்னுக்கு வந்துட்டே!

சரணம்–1

கோயிலுக்குள்ள காதலைச் சொல்லு
செருப்பிருக்காது தெரிஞ்சுக்கோ!
காதலும்கூட காத்தாடி போல
நூலு விடணும் தெரிஞ்சுக்கோ!

கேரியர் இல்லாத சைக்கிள்தான்டா
காதலுக்கேத்தது தெரிஞ்சுக்கோ!

ஆர்.டி.ஓ. பொண்ண லவ்வு பண்ணா
எட்டு போடணும் தெரிஞ்சுக்கோ!

இன்னமும் சொல்றேன் தெரிஞ்சுக்கோ!
தட்சணை கொடுத்து தெரிஞ்சுக்கோ!
வாடா மச்சான் வயசுக்கு வந்துட்டே!
மீசை முளைச்சி முன்னுக்கு வந்துட்டே!

சரணம்-2

காரமா பேசி கோபமா பார்த்தா
ஆந்திரா பொண்ணு தெரிஞ்சிக்கோ!
காவிரிபோல வர மறுத்தா
கர்நாடகான்னு தெரிஞ்சிக்கோ!

தாராளமா மனசிருந்தா
கேரளான்னு தெரிஞ்சிக்கோ!
கழுவுற மீனுல நழுவுற மீனு
நம்மூரு பொண்ணு தெரிஞ்சிக்கோ

இன்னமும் சொல்றேன் தெரிஞ்சிக்கோ
தட்சணை கொடுத்துத் தெரிஞ்சிக்கோ
வாடா மச்சான் வயசுக்கு வந்திட்டே
மீசை முளைச்சி முன்னுக்கு வந்திட்டே.

7. கோடுகள் தொடர்கின்றன

மனிதர்கள் தங்கள் கயிறுகளை யாரோ ஒருவரிடம் கொடுக்கத்தானே வேண்டும்? வளரும் வரை பெற்றோர்களிடம்; வளர்ந்த பிறகு காதலியிடம்; வாழ்ந்த பிறகு குழந்தைகளிடம்; வாழும் வரைக்கும் நண்பர்களிடம் என உறவால் நாம் விரும்பி கட்டுண்டிருக்கும் கயிறுகளே நம் சுதந்திரத்தின் நீள அகலங்களைத் தீர்மானிக்கின்றன.

குழந்தைகள் அழுதுகொண்டே பிறக்கின்றன. உலகம் சிரித்துக்கொண்டே வரவேற்கிறது. மண்ணில் பிறந்த ஒவ்வொரு உயிருக்கும் செல்லம் கொஞ்ச இன்னொரு சக உயிர் இருக்கிறது. இந்த அன்பின் அசைவில்தான் உலகம் இன்னமும் சுற்றிக்கொண்டிருக்கிறது. புல் பூண்டு அனைத்தும் அழிந்து தனியாய் வாழ நேரும் இந்த உலகின் கடைசி மனிதனே அநாதை. அவனுக்கும் மழை பொழிய தலைக்கு மேல் மேகம் இருக்கும்.

சில வருடங்களுக்கு முன்பு, எழுத்தாளர் எஸ்.ராம கிருஷ்ணன் தொலைபேசியில் தொடர்பு கொண்டு "கவிதாலயா நிறுவனம் 'ஆல்பம்' என்றொரு படம் தயாரிக்கிறது. என் நண்பர் வசந்தபாலன் இயக்குகிறார். நான்தான் வசனம் எழுதுகிறேன். நீங்கள் பாடல் எழுத வேண்டும். நேரில் வாருங்கள். அறிமுகப்படுத்துகிறேன்" என்றார். சந்தித்தோம். என் நெருங்கிய நண்பன் கார்த்திக் ராஜாதான் இசை. இசைஞானி இளையராஜாவின்

வீட்டிலிருக்கும் கார்த்திக்கின் ஒலிப்பதிவுக் கூடத்தில் மெட்டமைக்கும் பணி நடந்தது. இயக்குனர் வசந்தபாலன் இலக்கிய வாசகர். என்னையும் விட என் கவிதைகளை நேசிப்பவர். பாடலின் சூழல் சொன்னார். காதலில் இருக்கும் குழந்தைத்தனமான அன்பும் கொஞ்சலுமே சூழல். கார்த்திக்ராஜா வழக்கம் போல் "எழுதுங்கள். அதற்கு இசையமைக்கிறேன்" என்றார். சில நிமிடம் அவகாசம் கேட்டு வெளியே வந்தேன்.

இசைஞானி வீடிருக்கும் முருகேசன் தெருவில் நடந்தபடி யோசித்தேன். சாலையில் சிதறிக் கிடந்த கொன்றைப் பூக்களும் தூரத்தில் தென்னங்கன்று விற்கும் ஒரே ஒரு முதியவருமாய் தெரு நிசப்தமாய் இருந்தது. 'காதலில் இருந்து கடவுளுக்கு' என்றார் ஓஷோ. அந்த தெய்வீகத் தருணத்தையும்; அற்றைத் திங்களில் அவ்வெண்ணிலவில் செல்லம் கொஞ்சும் குழந்தையாய் இருந்து, பின் நாட்களில் ஓட்டைக் கால்சட்டையில் விழுந்த காசாய் தொலைந்த அந்த நொடியையும் பல்லவியாய் பதிவு செய்யத் தோன்றியது. அப்போதுதான் அவள் ஞாபகம் வந்தது.

சென்னை பச்சையப்பன் கல்லூரியில் நான் எம்.ஏ, தமிழ் இலக்கியம் படித்துக்கொண்டிருந்த காலம் அது. கல்லூரிக்கு எதிரிலேயே நண்பனொருவன் நகலகமும் பொதுத் தொலைபேசியும் இணைந்த கடை வைத்திருந்தான். நாள் தவறாமல் மதியம் ஒன்றரை மணிக்கு அக்கடையில் எங்கள் நண்பர் குழாம் கூடும். அதற்குக் காரணம் ஒரு பெண்.

அந்தப் பெண் அருகிலிருந்த பருத்தி ஆடை ஏற்றுமதி நிறுவனத்தில் வேலை செய்பவள். இருபதிற்குள் வயது. அசாதாரண அழகும் நிறமும் இல்லை என்றாலும் அவளது சுறுசுறுப்பும், துறுதுறுக்கும் கண்களும் எவரையும் அடிமையாக்கிவிடும். தங்கத் தேரானாலும் தகரத்தில் தானே மூடி வைக்க வேண்டியிருக்கிறது. சாயம் போன சுடிதாரும், நிறம் தொலைத்த கவரிங் செயினும், பிளாஸ்டிக் தோடுகளும் அவளது உடைமைகளாக இருந்தன!

வறுமையை ஏற்று வாழ்வதில் ஒரு கம்பீரம் தோன்றும் அல்லவா! அந்த கம்பீரமே அவளது அழகாய் இருந்தது!

அவள் ஒன்றரை மணிக்கு வருவாள். தினமும் தொலைபேசியில் யாரோ ஒருவனுடன் பேசுவாள். "என்னடா செல்லம் சாப்பிட்டியா? என்ன சாப்பிட்டே செல்லம்? இல்லடா செல்லம், இன்னும் இல்ல! வீட்டுல தெரிஞ்சுடுச்சுடா! ஞாயிற்றுக்கிழமை கோயில்ல பார்க்கலாம்டா செல்லம்! உதைபடுவே ராஸ்கல்!" இப்படி அரை மணிக்கும் மேல் அவள் உரையாடல் தொடரும். என் நண்பன் ஒவ்வொரு மூன்று நிமிடத்திற்கும் கோடு கிழித்துக்கொண்டே வருவான். கோடுகள் பற்றி கவலை இல்லாமல் அவள் தொடர்வாள். வளர்ந்த கோடுகளாய் நாங்கள் இருப்போம். இன்றைக்கு எத்தனை முறை 'செல்லம்' என்று சொல்வாள் என பந்தயம் வைப்போம். ஒவ்வொரு முறையும் எங்கள் கணக்குகளுக்கு அகப்படாமல் அவள் செல்லம் கொஞ்சிக் கொண்டிருப்பாள். அவளைப் பொறுத்தவரை இந்த உலகம் என்பது அவனால் ஆனது. சுற்றிலும் இருப்பவர்களைப் பற்றி கவலை இல்லை. பேசி முடித்த பின் காசு கொடுக்கும்போதோ அல்லது "கணக்குல வெச்சுக்குங்க" என்று சொல்லும்போதோதான் எங்களை கவனிப்பாள். நாங்கள் அந்த எதிர்முனைக் காதலனை நினைத்து பொறாமைப்பட்டு பிரிவோம். இன்றைக்கு அவ்விடத்தில் நண்பனின் கடை இல்லை. ஒவ்வொருவரும் வாழ்வின் வெவ்வேறு கரைகளில்.

அந்தப் பெண்ணின் செல்லத்தைக் கடன் வாங்கி 'செல்லமாய் செல்லம் என்றாயடி!' என பல்லவி எழுதினேன். நிலா, நட்சத்திரம், சூரியன், காற்று, வெட்ட வெளி என பிரபஞ்சத்தையும் காதலையும், ஒரு நேர்க்கோட்டில் இணைத்து, எனக்கு மிகவும் பிடித்த லா.ச.ரா.வின் கதையான 'தர்ஷிணி'யையும் உள்ளே இணைத்து சரணங்கள் அமைத்தேன். பத்து நிமிடத்திற்குள் என் வரிகளுக்கு இசை அமைத்து வேறு தளத்திற்குக் கொண்டு சென்றார் கார்த்திக். இயக்குநர் வசந்தபாலன் உடனே உணர்ச்சிவசப்பட்டு தன் சட்டைப்பையிலிருந்து

ஐநூறு ரூபாய் எடுத்து உங்கள் கவிதைக்கு என் சிறிய பரிசு என்று கையெழுத்திட்டு என்னிடம் கொடுத்தார்.

இந்தப் பாடல் பதிவான சமயத்தில் வேறு ஒரு வேலையாக கார்த்திக்கின் அறைக்குள் வந்த இசைஞானி இளையராஜா இப்பாடலைக் கேட்டுவிட்டு "இதுதாண்டா உண்மையான உணர்வு. இந்தப் பாடலில் தெய்வீகத் தன்மை இருக்கு. இதை விட்டுடாதே!" என்று கார்த்திக்கிடம் சொல்ல இயக்குநரும் நானும் புல்லரித்துப் போனோம். பச்சையப்பன் கல்லூரி எதிரில் கடைசி வரை எங்களுக்கு அறிமுகம் ஆகாமலேயே யாருடனோ தினமும் தொலைபேச வந்த எங்கள் ப்ரியமான தோழியே! நீ இப்போது எங்கிருக்கிறாய் எனத் தெரியாது. ஆயினும் உன் குரல் இந்தப் பாடலின் வரிகளில் ஒளிந்திருக்கிறது. எங்கிருந்தாலும் இன்னமும் அதே செல்லத்துடன் நீ வாழ்க!

பல்லவி

என் செல்லம் என் சிணுக்கு!
என் அம்முக்குட்டி என் பொம்முக்குட்டி!
என் புஜ்ஜுக்குட்டி என் பூனைக்குட்டி!

செல்லமாய் செல்லம் என்றாயடி
அத்தான் என்றே சொன்னாயடி
யாதுமாகி என்னுள் நின்றாயடி

என் கையில் நீ குழந்தையடி!
உன் கையில் நான் குழந்தையடி!

ஒரு வார்த்தை சொன்னாலடி
நாம் தாலி கட்டிக்கொள்வோம்!

சரணம் –1

காலைச் சூரியன் குடை பிடிக்க
கோள்கள் எல்லாம் வடம் பிடிக்க

கிளியே உன்னை கைபிடிப்பேன்!
நட்சத்திரங்கள் எல்லாமே
அட்சதை தூவி வாழ்த்திடுமே
அதற்காய் அன்பே காத்திருப்பேன்!

நீ என்பதும் இனி நான் என்பதும்
மெல்ல நாமாகிப் போகின்ற நேரம்!

தரு தரு தரு தரு தர்ஷிணி!
தர்தா தீயா தர்ஷிணி!

சரணம்-2

சந்திரத் தட்டில் சோறூட்டி
சுந்தரி உன்னைத் தூங்க வைப்பேன்!
உதட்டால் உதட்டைத் துடைத்திடுவேன்!

நட்சத்திரங்கள் வழியாக
உன்னுடன் நானும் பேசிடுவேன்!
உயிரால் உயிரை அணைத்திடுவேன்!

வானாகினாய் காற்று வெளியாகினாய்
எந்தன் ஊனாகி உயிரானாய் பெண்ணே!

நா.முத்துக்குமார்

8. முதல் திருட்டு

இன்று காலை
நான் தலைவாரப் போவதில்லை!
காதலனின்
கைத்தலையணையில்
பாதுகாப்பாய் என் கேசம்!

– கவிஞர் யோகுநோ

யோகுநோ ஜப்பான் நாட்டுப் பெண் கவிஞர். 12ஆம் நூற்றாண்டைச் சேர்ந்தவர். அரண்மனையில் பணிப் பெண்ணாக இருந்த இவரை மந்திரியின் மகன் காதலிக்க, மந்திரி எதிர்த்ததால் இவருடைய காதலன் மொட்டைத் தலையுடன் துறவியாக மாற, இவரும் பௌத்தத் துறவியாக மாறினார். இருவரும் பரிமாறிக்கொண்ட கடிதங்கள் மிகச் சிறந்த காதல் கவிதைகளாகக் கருதப்படுகின்றன.

காதலின் குறுக்குவெட்டுத் தோற்றத்தை ஆராய்ந்தால் அதன் அடித்தளம் பாதுகாப்பு உணர்வில் இருந்து தொடங்கும். ஒரு பெண், ஓர் ஆணைப் பாதுகாப்ப வனாக நம்பிவிட்டால் அவன் உலகத்தின் விளிம்புக்குக் கூப்பிட்டாலும் உடன் வருவாள். ஓர் ஆண் ஒரு பெண்ணிடம் காதலாகிக் கசிந்துருகினால் மூங்கில் இல்லாத காட்டிலும் அவள் வாசிப்பதற்கு தன் உடலை எரித்து முதுகெலும்பைப் புல்லாங்குழலாகத் தருவான். நட்பு வழுக்கி காதலில்

விழும் தருணத்தை 12ஆம் நூற்றாண்டு ஜப்பான் பெண் கவிஞர் தொடங்கி இன்றைய காலகட்டத்தில், "அவரு பேரு சுரேஷ்ங்க.... டெய்லர் வேலை செய்றாரு..." என்று, எஃப்.எம். ரேடியோ தொகுப்பாளர்களிடம் பேசும் பெண்கள் வரை இந்தப் பாதுகாப்பு உணர்வே தீர்மானிக்கிறது.

"என்னை உனக்குப் பிடிக்குமா?"

"ரொம்பப் பிடிக்கும்."

"எவ்வளவு பிடிக்கும்?"

"வானம் அளவுக்கு."

அவள் கேட்க, அவன் கையை விரித்துச் சொல்கிறான். அவன் கைகளின் பரப்பளவுக்குள் வானம் சுருங்கி விடுகிறது. ஆனால், காதல் விரிந்துவிடுகிறது.

"உன்னை எனக்குப் பிடிக்கும். என்னை உனக்குப் பிடிச்சிருக்கா?" என்ற கேள்விதான் காதல் வண்டியின் கடைசி நிறுத்தம். ஒரு சிலரே அந்த நிறுத்தம் வரை பயணித்து ஜோடியாக வீடு சேர்கிறார்கள். பலர் பாதியிலேயே வண்டியில் இருந்து இறக்கி விடப்பட்டு ஒற்றைப் பனைமரச் சாலையில் ஒருதலைக் காதலுடன் நிற்கிறார்கள்.

தினசரி வாழ்க்கையில் நாம் நூற்றுக்கணக்கானவர்களுடன் பழகுகிறோம். லிஃப்டில் பார்க்கும் இளம் பெண்; ரோஜா செடி வாங்கிச் செல்லும் சிறுவன்; தனக்குத் தானே பேசியபடி நடந்து செல்லும் முதியவர்; "அந்தப் பாதையிலே பள்ளம் இருக்கிறது, பார்த்துச் செல்லுங்கள்" என வழிகாட்டும் பெண்மணி... என பல புதிய புதிய முகங்கள் பதிந்த கம்பளத்தை, வாழ்க்கை நம் முன் விரித்துக்கொண்டே இருக்கிறது. எதிர்பாராத தருணங்களில் எதிர்பாராத இடங்களில் இருந்து வெளிப்படும் இப்புதிய முகங்களே நம் வாழ்க்கையை முன்நடத்திச் செல்கின்றன.

ஆயிரம் பேரைச் சந்தித்தாலும், பழகினாலும் யாரோ ஒருவரைத் தான் நமக்குப் பிடிக்கிறது! ஒருவர் நம் உயிரில்

நா.முத்துக்குமார்

கலந்து நமக்கானவராய் மாறுவது எப்போது? எதனால் அவரை நமக்குப் பிடிக்கிறது! துணிச்சலா? துடிப்பா? வெகுளித்தனமா? கண் பார்த்துப் பேசும் நேர்மையா? நமக்கே நமக்காய் வாழும் அர்ப்பணிப்பா?

இவை எல்லாமும்தான்!

ஆதியில் எல்லா வார்த்தைகளும் சுத்தமாகத் தோன்றின. மனித மனம் அசுத்தமானபோது வார்த்தை களும் வாழ்க்கையும் அசுத்தமாயின. இவை மங்கலச் சொல், இவை அமங்கலச் சொல் எனும் தீண்டாமை பிறந்தது. நடைமுறை வாழ்வில், "அய்யோ அவரை எனக்கு ரொம்பப் பிடிக்கும். அவருதான் என் உயிர்" என்று பல பெண்கள் பேசுவதைக் கேட்டிருக்கிறேன். ஆனால் திரைப்பாடல்களைப் பொறுத்தவரை, 'அய்யோ' என்பது அமங்கலச் சொல். இதைப் போன்ற சொற்களைப் பயன்படுத்தினால் பாடல் பிரபலமாகாது என்பது தொன்றுதொட்ட மரபு. மரபை மீறாமல் புதியது இல்லை அல்லவா?

இயக்குநர் ஹரியின் 'சாமி' படத்திற்காக நான் மூன்று பாடல்கள் எழுதினேன். 'திருநெல்வேலி அல்வாடா', 'வேப்பமரம் புளியமரம்' என இரண்டு பாடல்கள் எழுதி முடித்த பிறகு, மூன்றாவது பாடலுக்கான சூழலைச் சொல்லி எனக்கு முழு சுதந்திரமும் அளித்தார்.

இயக்குநர் ஹரியின் வெற்றி அவரது திட்டமிடுதலிலும் விரைவாக செயல்படுத்துவதிலும் ஒளிந்திருக்கிறது என்று அவருடன் பணியாற்றியபோது உணர்ந்துகொண்டேன். எதனால் காதலிக்க பிடிச்சிருக்கு என்பதைப் பல்லவியாக அமைக்கலாம் எனத் தீர்மானித்தேன். இசையமைப்பாளர் ஹாரிஸ் ஜெயராஜ் ஒரு இரவுப் பறவை. பெரும்பாலும் இரவு நேரங்களில்தான் மெட்டமைப்பார். அவரது ஒலிப்பதிவுக்கூடத்தில் அமர்ந்து இரவு உதிர்ந்து பகலாகும் வரை 'அய்யய்யோ அய்யய்யோ புடிச்சிருக்கு' எனத் தொடங்கி காதல் பூக்கும் நொடிகளைக் கவிதையாக்கித் தந்தேன்.

இயக்குநர், இசையமைப்பாளர், கவிஞர் எல்லோரும் இளைஞர்கள் அல்லவா? மரபை மீறினோம். 'அய்யய்யோ புடிச்சிருக்கு' பாடல் பதிவாகி படம் வெளிவந்து பிரபலமானது.

உரத்த குரலில் உங்களுக்கு மட்டும் ஒரு ரகசியம் சொல்கிறேன்.

உருதுக் கவிஞர் மிர்ஸா அலிஃகாலிபின் ஒரு நெடிய கவிதையில் 'அவளை நான் திருடிக் கொண்டேன். முதல் திருட்டு என்பதால் முழுதாய் திருடவில்லை' என்ற வரிகள் வரும்.

கண்ணதாசன் 'ஜல் ஜல் ஜல் எனும் சலங்கை ஒலி' பாடலில் இந்தக் கவிதையை 'அவன்தான் திருடன் என நினைத்தேன். அவனை நானே திருடிக்கொண்டேன். முதல் முறை திருடும் காரணத்தால் முழுதாய் திருட மறந்துவிட்டேன்' எனக் கையாண்டிருப்பார்.

பள்ளத்தாக்கில் பூக்கும் பூக்கள் எல்லாருக்கும் பொதுவானவைதானே? பல வருடம் கழித்து, இந்தப் பாடலில் அதே வரிகளை நானும் திருடியிருக்கிறேன். கண்ணதாசனும் சரி, நானும் சரி, காலிஃபிடமிருந்து முதல் முறை திருடியதால் முழுதாகத் திருடவில்லை.

பல்லவி

பெண்:

அய்யய்யோ அய்யய்யோ புடிச்சிருக்கு!
எனக்கு உன்னைப் புடிச்சிருக்கு!
என்னவோ என்னவோ புடிச்சிருக்கு!
உனக்கும் என்னைப் புடிச்சிருக்கு!

ஆண்:

துணிச்சல் புடிச்சிருக்கு!
உன் துடிப்பும் ரொம்பப் புடிச்சிருக்கு!
வெகுளித்தனம்தான் புடிச்சிருக்கு!
என்னைத் திருடும் பார்வை புடிச்சிருக்கு!

பெண் :

புதிதாய் திருடும் திருடி எனக்கு
முழுதாய் திருடத்தான் தெரியல!

சரணம்–1

ஆண் :

வள்ளுவரின் குறளாய் ரெண்டு வரி இருக்கும்
உதட்டைப் புடிச்சிருக்கு!

பெண் :

காது மடல் அருகே உதடுகள் நடத்தும்
நாடகம் புடிச்சிருக்கு!

ஆண்:

உன் மடிசார் மடிப்புகள் புடிச்சிருக்கு!
அதில் குடித்தனம் நடத்திட புடிச்சிருக்கு!

பெண் :

கனவில் தினம் நீ வருவதனால்
அய்யோ தூக்கத்தைப் புடிச்சிருக்கு!

சரணம்–2

ஆண்:

காதல் வந்து நுழைந்தால்
போதி மரக் கிளையில்
ஊஞ்சல் கட்டி புத்தன் ஆடுவான்!

பெண் :

காதலிலே விழுந்தால்
கட்டபொம்மன்கூட
போர்க்களத்தில் பூக்கள் பறிப்பான்!

ஆண் :

காலையும் மாலையும்
படிக்கும் உன்னை
இன்று காதல் பாடங்கள் படிக்க வைத்தேன்!

பெண் :

காவல்காரனாய் இருந்த உன்னை
இன்று கள்வனாய் மாற்றிவிட்டேன்!

9. சூப்பர் ஸ்டாரு பட்டம்

காத்தாடியை ரசிக்காதவர்கள் உண்டா? மனிதர்கள் மட்டுமல்ல, கடவுள்கூட காத்தாடிகளின் ரசிகர்தான். வானவில்லில் நூல் எடுத்து கடவுள் விட்ட காத்தாடிகள் தான் மேகங்கள்.

எந்த சீதைக்கு தூது போக, அனுமார் வாலுடன் பறக்கின்றன காத்தாடிகள்? கூந்தல் விரித்து அலைவதால் காத்தாடிகூட பாஞ்சாலிதானோ? எல்லாக் காத்தாடிகளும் கல்யாணமான பெண்தான் போலும். கழுத்தில் தாலியுடன் அலைகின்றனவே! உச்சியிலிருந்தும் அகந்தை இல்லாமல் பட்டங்கள் தம் பணிவில் பலருக்கு பாடம் சொல்கின்றன. ஒருவகையில் காத்தாடிகூட சித்தர்தான். வெட்ட வெளியில் பறக்கும் வித்தையை அறிந்திருக்கிறது.

'பல் போனால் சொல் போச்சு' என்பது பழமொழி. 'நூல் போனால் பட்டம் போச்சு' என்பது புதிய மொழி. காத்தாடியும் காசும் ஒன்று. கைவிட்டுப் போன பின்தான் இரண்டின் அருமையும் தெரிகிறது. குழந்தைகளின் கனவில் காத்தாடிகள் வருவதுபோல், காத்தாடிகளின் கனவில் என்ன வரும்?

காத்தாடிகளின் பாஷை அறிந்த ஒரு பறவையிடம் கேட்டேன். "மேலே மேலே பறக்கையில் சூரியன் கனவில் வரும். கயிறறுந்து விழுகையில் மின்சாரக் கம்பங்களும் மரக்கிளைகளும் வரும்" என்றது.

காத்தாடி விடுவது ஒரு திருவிழா அல்லவா? காத்தாடி வாங்க காசு கேட்டு அழும் குழந்தைகளுக்கு காத்தாடி செய்து கொடுங்கள். அவர்களின் கனவுகள் உயரே பறக்கட்டும்.

சில மாதங்களுக்கு முன்பு இசையமைப்பாளர் வித்யாசாகர் தன் ஒலிப்பதிவுக் கூடத்துக்கு என்னை அழைத்தார். "காத்தாடியைப் பற்றி ஒரு பாடல் எழுத வேண்டும்" என்றார். பாடல் வெளியாகும் வரை வரிகளை ரகசியமாக வைத்திருக்க வேண்டும் என்றார். "சரி" என்று சொல்லிவிட்டு, "என்ன படம் சார்?" என்றேன்.

"சூப்பர் ஸ்டார் நடிக்கும் சந்திரமுகி" என்றார் புன்னகையுடன். என் மனத்தின் நூல்கண்டில் இருந்து கலர் கலராகப் பட்டங்கள் பறந்தன.

இயக்குநர் பி.வாசு, சூழலை விளக்கிச் சொல்லி, "பல்லவி எழுதிக் கொடுங்கள். இசை அமைக்கலாம்" என்றார். கவிதைகளைக் கொண்டாடுபவர் வாசு. ஏற்கெனவே நான் அவரது 'மலபார் போலீஸ்', 'காதல் கிசுகிசு' ஆகிய படங்களுக்கு பாடல்கள் எழுதியிருக்கிறேன். பழைய தமிழ்ப் பாடல்களின் களஞ்சியம் என்றுகூட அவரைச் சொல்லலாம். பேசும் படம் காலம் தொடங்கி இன்று வரை உள்ள பாடல்களின் வரிகளைச் சிலாகித்து அவர் பேசினால் சாப்பாடு, தூக்கம் மறந்து கேட்டுக்கொண்டே இருக்கலாம். இசையமைப்பாளர் வித்யாசாகரைப் பற்றிச் சொல்லவே தேவையில்லை. சிறகடித்துப் பறக்கும் இளங்கவிஞர்களின் வேடந்தாங்கல் அவர். நான் எழுதிக் கொடுத்தவற்றுள் இரண்டு பல்லவிகளை தேர்ந்தெடுத்து இசை அமைத்தார். இவைதான் அந்தப் பல்லவிகள்:

"ஏழைக்கேத்த ஏரோப்பிளேனே எந்தப் பக்கம் போற?
என்னையும் கொஞ்சம் ஏத்திக்க சொன்னா வாலை ஆட்டுற மேல!
மேகத்தை நீயும் பார்த்தாக்கா எங்க ஊருல
மழை பெய்யச் சொல்லு!

ஓடம் போன ஆத்துலதான்
இப்ப ஒட்டகம் மேயுதுன்னு சொல்லு!

கொக்குக் கூட்டம் பறந்து வந்தா நீ கிட்டப் போயி நில்லு!
ஒத்தைக் காலில் எதுக்காக அது தவத்தைச் செய்யுது கேளு!"

இரண்டாவது பல்லவி:

"வெள்ளைக்கார துரையைப் போல டையக் கட்டிக்கிட்டு
வெள்ளை வெள்ளை கொக்கைப் பார்த்து கையை ஆட்டிக்கிட்டு
எங்கே போற காத்தாடி? நீ காற்றில் ஆடும் கூத்தாடி!
வானத்தில் நடக்கும் நாரதர் நீ

அந்த ஆண்டவனை பூமிக்கு வரச் சொல்லு!
வறுமைக் கோட்டை அழிச்சுப்புட்டா
நீ வால் அசைச்சு அவருக்கு நன்றி சொல்லு!"

இரண்டு பல்லவிக்கும் இசை அமைத்தார் வித்யாசாகர். ஒரு மாதம் கழித்து திரும்பவும் அழைத்தார். "இந்தப் பாட்டுக்கு சின்னச் சின்ன சந்தங்களாக இருந்தால் இசையில் ஒரு துள்ளல் வரும். நான் மெட்டு தருகிறேன். அதற்கு எழுதுங்கள்" என்றார். தோட்டம் முழுக்கப் பூப்பூத்தாலும் மாலை கட்டத் தேவைப்படுபவை கொஞ்சம்தானே! மெட்டுக்கு எழுதி பாட்டுக்குத் தேவையானவற்றைத் தேர்ந்தெடுத்தோம்.

ஒலிநாடா வெளியீட்டு விழாவின்போது இயக்குநர் வாசு என்னிடம், "ரஜினி சார் உங்கள் வரிகளை ரசித்துப் பாராட்டினார்" என்று சொன்னபோது மனத்தின் நூல்கண்டில் இருந்து மீண்டும் ஒரு முறை கலர் கலராகப் பட்டங்கள் பறந்தன. பட்டி தொட்டி எங்கும் இந்தப் பாடல் பிரபலமாகி ஜப்பானிலிருக்கும் என் கல்லூரித் தோழன் ஒருவன் தொலைபேசியில் பேசினான். "ஜப்பானிலும் ரஜினி ரசிகர்கள் இடையே பாடல் மொழி தெரியாவிட்டாலும் பிரபலமாகிவிட்டது. இங்கு காத்தாடி விடும் திருவிழா என்றே ஒன்று உண்டு. அதுவும் சூப்பர் ஸ்டாரே காத்தாடி விட்டால் இரட்டைத் திருவிழாதானே!" எனறான். ஜப்பானிலும் காத்தாடி திருவிழா இருப்பதை உணர்ந்து அதைக் காட்சியாக வைக்க நினைத்ததால்தான் ரஜினிகாந்த் சூப்பர் ஸ்டாராக இருக்கிறார் என்று நினைத்துக்கொண்டேன்.

பல்லவி

கொக்கு பற பற!
கோழி பற பற!
மைனா பற பற!
மயிலே பற பற!

என் பட்டமே பற பற!
வானம் தாண்டிப் பற பற!
என் நெஞ்சமே பற பற!
எல்லைகள் இல்லை பற பற!

பாஞ்சி பாயுற பட்டம்-இது
பட்டையைக் கிளப்பும் பட்டம்!
சூப்பர் ஸ்டாரு பட்டம்
நம் பட்டம்!

சரணம்-1

மீனாட்சியம்மனைப் பாத்தாக்கா
கந்து வட்டியோட கொடுமையைப் போக்கச் சொல்லு!

ஸ்ரீரங்கநாதனைப் பாத்தாக்கா
தலைக்காவிரிய அடிக்கடி வரச் சொல்லு!

நேற்று என்ன நாளை என்ன
இன்று மட்டும் உள்ளதே!

இஷ்டம் போல ஆட்டம் போடு பறந்து!
காத்து இப்ப நம்ம பக்கம்
சாதகமா வீசுதே!

தும்பியில்ல நம்ம பட்டம் பருந்து!
நூலோட போட்ட இந்த மாஞ்சா
யாரோடும் டீலு போடுமே!

நா.முத்துக்குமார்

சரணம்–2

ஏத்தி விட்டத மறந்தாக்கா
அந்த நன்றி என்னும் வார்த்தைக்கொரு அர்த்தம் இல்ல!

காத்திலிருந்து தலையாட்டி
நீ நூலுக்குத்தான் நன்றி சொல்லு மெல்ல மெல்ல!

பள்ளிக்கூடம் படிக்கல
கல்லூரிய மிதிக்கல
பட்டம் மட்டும் வாங்கிப்புட்டோம் பாரடா!

புத்தகத்தில் கூட இல்ல
எத்தனையோ பாடங்களை
சொல்லு பட்டம் வாத்தியாரு தானடா!

காத்துக்கு வேலி போட யாரு?
காத்தாடி போல பறப்போம்!

10. விழாமலே இருக்க முடியுமா?

தோப்புக்குள் எங்கோ தொலைவில் மனசுக்குள்
தீப்பிடிச்ச காதலால் தீனமாய்–ராப்பகலாய்க்
கூவுங் குயிலே! கேள்: கூவாத பெண் நானே!
யாவும் மௌனத்துள் இருக்கு!

— சேஷாசலம்
('ஆகாசம்பட்டு' தொகுப்பிலிருந்து...)

என் பாடல்களைத் தொடர்ந்து பயன்படுத்தி வரும் இயக்குநர்களில் செல்வாவும் ஒருவர். 'உன்னருகில் நானிருந்தால், ஜேம்ஸ்பாண்ட், நண்பா, ஸ்டூடண்ட் நெம்பர் ஒன், ஜோர், மணிகண்டா, மாமு, ஆணை, தோட்டா' எனத் தொடர்ந்து அவரது படங்களில் பாடல்கள் எழுதி வந்திருக்கிறேன்.

இயக்குநர் செல்வா என்னை அழைத்து, "ஆந்திராவில் வெற்றிகரமாய் ஓடிய 'ஸ்டூடண்ட் நெம்பர் ஒன்' படத்தைத் தமிழில் இயக்குகிறேன். சத்யராஜின் மகன் சிபிராஜ் இப்படத்தில் அறிமுகம் ஆகிறார். தெலுங்கில் இசை அமைத்த மரகதமணிதான் இசை" என்று கூறி சூழலை விளக்கிச் சொன்னார்.

கதவை மூடி வைத்தாலும் ஜன்னல் வழியாகக் காற்று வருவதில்லையா? காற்றைப்போல் காதல் நுழையும் தருணங்களைப் பல்லவியில் சொல்லவேண்டும். தெலுங்கில் பிரபலமான அதே மெட்டு.

நா.முத்துக்குமார்

தெலுங்கு வார்த்தைகளுக்குப் பொருத்தமான தமிழ் வார்த்தைகளைத் தேடி எடுத்து ஒரு பல்லவி எழுதிக் கொடுத்தேன்.

'திடீரென்று காதல் நுழையுதே... தொடாமலே தொட்டு எரிக்குதே' என்று தொடங்கும் அந்தப் பல்லவி இயக்குநருக்குப் பிடித்திருந்தது. ஆனால் ஒரு தயக்கம். திடீரென்று இப்படி 'திடீரென்று' வார்த்தையில் ஆரம்பித்தால் பாடல் பிரபலமாகுமா என்பதே அது. "வேறு பல்லவி எழுதித் தருகிறேன். கொஞ்சம் கால அவகாசம் வேண்டும்" என்றேன். "எவ்வளவு நாள் வேண்டுமானாலும் எடுத்துக் கொள்ளுங்கள். ஆனால், நாளைக் காலைக்குள் கொடுத்து விடுங்கள். படப்பிடிப்புக்கு அவசரமாகத் தேவை..." என்றார் சிரித்தபடி.

இதுதான் சினிமா. மெட்டு என்னும் மாடிப்படிகளில் மிதிவண்டி ஓட்ட வேண்டும்; அதுவும் பைக் வேகத்தில்! மெட்டை அசை போட்டபடி வீட்டுக்கு வந்தேன். வந்தவுடன் தொலைபேசி அழைத்தது. எதிர் முனையில் கவிஞர் அறிவுமதி.

"ஆறு மணிக்கு கவியரங்கம் இருக்கே.... கிளம்பலையா?" என்றார். அவர் தலைமையில் கவி பாட ஒத்துக்கொண்டது ஞாபகம் வந்தது. கவிதையுடன் காமராஜர் அரங்கம் சென்றேன்.

அறிவுமதி அண்ணன் எங்களுக்கெல்லாம் ஆண் தாய். நான்கு வருடங்களுக்கு மேல் அவரிடம் நான் உதவியாளராக இருந்திருக்கிறேன். மெட்டு என்னும் கடலுக்குள் மூச்சடக்கி முத்தெடுக்க என்னைப் பழக்கியவர். அவர் தலைமையில் அன்று நான் படித்த கவிதைக்கு கூரை அதிர கைதட்டல்.

ஆனால், அதிலெல்லாம் மனம் லயிக்காமல் மனம் மட்டும் பல்லவிக்கான வார்த்தை தேடி வலை வீசிக்கொண்டிருந்தது.

கவியரங்கம் முடிந்து அறிவுமதி அண்ணனை அவரது அலுவலகத்தில் விட்டுவிட்டு அருகில் இருந்த கோடம்பாக்கம் ரயில்நிலையத்தில் நுழைந்தேன்.

ஆளற்ற ரயில்பெட்டியில் இருந்து கொய்யாப்பழம் விற்பவர்கள் இன்னமும் விற்காத கொய்யாப் பழங்களுடனும் கூடை நிறைய வறுமையுடனும் இறங்கிக் கொண்டிருந்தார்கள்.

“இறைவனிடம் கையேந்துங்கள். அவன் இல்லை என்று சொல்லுவதில்லை” என்று தங்கள் வாழ்க்கையைப் போலவே, சுதி சேராமல், நடைபாதையில் ஆர்மோனியம் விரித்து கண்பார்வையற்றவர் பாடிக்கொண்டிருந்தார். காற்றின் திசைகளில், அவர் கை ஏந்திய இறைவர்கள், ‘இல்லை’ என்று சொல்லி நடந்துகொண்டிருந்தார்கள்.

நடைபாதையில் சிமென்ட் பெஞ்சில் அமர்ந்தேன். இரவு பதினொரு மணி, பன்னிரெண்டு மணியை நோக்கி நழுவிக்கொண்டிருந்தது.

என் அருகில் ரயிலுக்காகக் காத்துக்கொண்டிருந்த இரண்டு பேர் பேசிக்கொண்டிருந்தது சன்னமாகக் கேட்டது;

“ரொம்ப ஆடுனான் இல்ல? அதான் விழுந்துட்டான். வாழ்க்கையில் என்னிக்கும் விழாம இருக்க முடியுமா?” அந்த உரையாடல் என் மனத்தில் ஒரு தீக்குச்சியை உரசிப் போட்டது.

விழாமல் யார்தான் இருக்க முடியும்? காதல், கருணை, துரோகம் என ஒவ்வொரு காலகட்டத்திலும் நாம் விழுந்து எழுந்துகொண்டுதானிருக்கிறோம்.

இதையே பல்லவியாக எழுதினால் என்ன? மக்களின் மொழியிலிருந்துதானே பாடல்கள் பிறக்கின்றன! இரவு பனிரெண்டு மணிக்கு தொலைபேசியில் பாடிக் காட்டியதும் இயக்குநர் செல்வா பரவசப்பட்டார்.

பாடல் பிரபலமான பிறகு நண்பர் எழுத்தாளர் பாமரன் தொலைபேசியில் தொடர்பு கொண்டு, “எனக்கு மிகவும் பிடித்த பாடல் இது. கண்ணியமான வரிகள்” என்று தரச் சான்றிதழ் அளித்தபோது என் மனம் பரவசப்பட்டது.

தொகையறா

பெண் : என்னைக் காதலிக்கப் பிறந்தவனே நீதானென்று
கைகள் கோர்த்து என் தோள் சாயும் தோழனென்று
எனக்குத் தோன்றியதாலே எல்லாம் மாறியதாலே
உன் கண்ணுக்குள்ளே காதலனே
விழுந்து எழுகிறேன்!

பல்லவி

பெண் : விழாமலே இருக்க முடியுமா?
விழுந்துவிட்டேன் காதல் வலையிலே!
வராமலே போக முடியுமா?
விரைந்துவிட்டேன் காதல் வழியிலே!

ஆண் : நிஜம்தான் நிஜம்தான்
இங்கே கனவுகளின் தொல்லை தாங்கல!

சரணம்-1

ஆண் : இவள் கண்ணுக்குள்ளே உள்ளதென்ன என்ன
சக்தியோ?
இவள் பக்கமாக என்னை இழுக்கும்
காந்தசக்தியோ?

பெண் : இவன் கைகளிலே உள்ளதென்ன மந்திரக்
கோலோ?
இவன் தொட்டவுடன் உயிர்த்தெழுந்தது
மங்கையின் உடலோ?

ஆண் : காதல் ஒரு பரமபதம்
கண் இரண்டில் தாயம் விழும்
ஏணி மேலே ஏறும்போது
காதல் பாம்பு தீண்டினால்

சரணம்–2

ஆண் : இவள் மூச்சுக்காற்றைக் கேட்குதெந்தன் வாயு மண்டலம்!
இவள் பத்து விரலைப் பற்றும்போது உஷ்ண மண்டலம்!

பெண் : இவன் உதடு எந்தன் உதட்டைத் தொட்டால் ஈர மண்டலம்!
இவன் இழுத்து அணைக்கும் நேரத்திலே கோடி சஞ்சலம்!

ஆண் : சேர்ந்திருந்தால் ஏகாதசி!

பெண் : சேலைக்குத்தான் ஒரே குஷி!

ஆண் : வயது வந்து வலையை விரிக்கும் மாட்டிக்கொண்டு நீ ரசி!

11. திட்டுங்கள் திட்டப்படும்

திட்டு வாங்காதவர்கள் என்று இந்த உலகில் யாரும் உண்டா? 'வாழையை வெட்டி வளர்க்க வேண்டும்', 'பிள்ளையைத் திட்டி வளர்க்க வேண்டும்' என்றொரு பழமொழி உண்டு. எனக்குத் தெரிந்து அப்பா அம்மாவிடம் திட்டு வாங்காத ஒரே பையன் ஆதாம் மட்டுமே.

ஞாபகக் குளக்கரையின் படிக்கட்டில் இறங்கி முங்கிப் பார்த்தால் நான் திட்டு வாங்கிய தருணங்கள் ஏராளம்.

முதன்முதலில் ஐந்து வயதில் அப்பாவின் பிளேடைத் திருடி வந்து பென்சில் சீவி கையை அறுத்துக்கொண்ட போது திட்டு விழுந்தது. இலவச இணைப்பாக பலத்த குட்டும் கிடைத்தது.

அதற்குப் பிறகு எதற்கெல்லாமோ வாங்கிய திட்டுகளின் எண்ணிக்கை நீ...ளமாக இன்று வரை தொடர்கிறது. நட்சத்திரங்களை எப்படி எண்ண முடியாதோ... அவ்வாறே திட்டுகளும்.

பெற்றோர், உறவினர், ஆசிரியர், நண்பர், அலுவலக அதிகாரி எனப் பல தரப்பிலிருந்து எய்யப்படும் வார்த்தை அம்புகளாக திட்டுகள் நம்மை வந்தடைகின்றன. நாம் எவ்வளவு திட்டுகள் வாங்கியிருக்கிறோமோ அதற்குச் சமமாக அல்லது அதற்கும் மேலாக நாமும் நிறைய பேரைத் திட்டியிருக்கிறோம்.

பால்யத்தில் எனக்கே எனக்கென்று எம்பிராய்டரி தையலில் ரோஜாப்பூக்கள் வரைந்து அதற்கும் கீழே 'ஸ்வீட் ட்ரீம்ஸ்' என்றெழுதிய தலையணை ஒன்றிருந்தது. அந்தத் தலையணையில் 'ஸ்வீட் ட்ரீம்ஸ்' என்று எழுதப் பட்டிருந்தாலும் என் கனவுகள் விநோதமானவை. ஒரு கனவில் எங்கள் கணக்கு வாத்தியார் கோழியாக உருமாறி முட்டை போடுவார்.

இன்னொரு கனவில் ஆங்கில டீச்சர், சாக்பீஸ்கள் தின்று கொண்டிருப்பார். பிறிதுமொரு கனவில் பக்கத்து வீட்டுப் பையன் ஆசை ஆசையாய் வளர்க்கும் நாய்க்குட்டியை நான் திருடிக்கொண்டிருப்பேன். ஆயினும் என் தலையணைக்கும் எனக்கும் உள்ள ஸ்நேகம் இதற்கெல்லாம் அப்பாற்பட்டது. கோடை விடுமுறையில் வீடு நிறைய உறவினர்களின் குழந்தைகள் வந்து என் உரிமையைப் பறித்து என் பிரத்யேக உலகில் பிரவேசிப்பார்கள். என் தலையணையை யார் தொட்டாலும் நான் அழுது புரண்டு அடம் பிடித்து திட்டு வாங்குவேன். தலையணை மட்டுமல்ல, குழித்தட்டு, பூண் வைத்த பம்பரம், கபில்தேவ் படம் ஒட்டிய கிரிக்கெட் மட்டை என ஒவ்வொரு பொருளிலும் வேறொரு கைரேகை பதிகையில் அதை ஏற்றுக்கொள்ளாத என் சுயநல மனதிற்கு திட்டுகள் விழும். பதின் வயதுகளின் திட்டுகள் வித்தியாசமானவை. வயதின் பேராற்றங்கரையின் அலைகளுக்கு நடுவே நான் காதல் கடிதங்கள் கொடுத்து அதை ஏற்றுக்கொள்ளாமல் என்னைத் திட்டி ஒருதலை உலகத்தில் என்னைத் திரிய விட்ட காயத்ரிகளுக்கு என் வந்தனம். எங்கிருந்தாலும் திட்டி உதிர்க்கும் திருவாயுடன் நீங்கள் வாழ்க! அன்று அக்கடிதங்கள் உங்களால் ஏற்றுக்கொள்ளப்பட்டிருந்தால் நான் கவிஞனாகியிருக்க மாட்டேன். கனவானாகி யிருப்பேன்!

'கும்மாளம்' என்ற படத்தில் பாடல் எழுத வாய்ப்பு வந்தபோது திட்டுவதைப் பற்றி எழுதினால் என்ன என்று தோன்றியது. அப்படத்தின் இயக்குநர் சுகி மூர்த்தியும் இசையமைப்பாளர் காந்திதாசனும் "எப்படி வேண்டு மென்றாலும் திட்டுங்க... பாட்டு பிரபலமானா சரி" என்று

என் யோசனையைத் திட்டாமல் ஏற்றுக் கொண்டார்கள். டீன் ஏஜ் இளைஞர்கள் தாங்கள் திட்டு வாங்கிய அனுபவங்களை இந்தப் பாடலின் வரிகளில் இனங்கண்டு பாடலைப் பிரபலமாக்கினார்கள்.

பல்லவி

திட்றாங்க திட்றாங்க!
திட்றாங்க திட்றாங்க!
தெனமும் திட்றாங்க!
திட்றாங்க திட்றாங்க!
எதுக்கு திட்றாங்க!
திட்றாங்க திட்றாங்க!

தம் அடிச்சா திட்றாங்க!
தண்ணி அடிச்சா திட்றாங்க!
ராக்கிங் பண்ணா திட்றாங்க!–நைட்
வாக்கிங் போனா திட்றாங்க!
டாடியும் மம்மியும் திட்றாங்க!–தினம்
டால்பி சவுண்டில் திட்றாங்க!

சரணம்–1

வெள்ளைக்காரன் போய்ட்டான்னு
கொடி ஏத்தி சொல்றாங்க!
இங்கிலீஷில் ஃபெயிலா போனா
எக்குத்தப்பா திட்றாங்க!

ஃபைனான்ஸில் பணத்தை சுட்டா
சைலண்ட்டா விட்றாங்க!
டீக்கடையில் அகௌண்ட் வெச்சா
வயலண்ட்டா திட்றாங்க!

பில் கேட்ஸ் பரம்பரைன்னு
லவ் பண்ண வர்றாங்க!
பாக்கெட் மணி காலியானா
வேஸ்ட்டுன்னு திட்றாங்க!

பிஞ்சிலே பழுத்ததுன்னு
பெருசுங்க திட்றாங்க!
ஃபிரெண்ட்ஷிப் சரியில்லைன்னு
அப்பா அம்மா திட்றாங்க!

பேச்சிலர் லைஃபுல
தப்பெல்லாம் பண்ணிட்டு
பேரண்ட்ஸா ஆனதும்
ஃப்யூச்சரை சொல்லியே
திட்றாங்க திட்றாங்கப்பா!

சரணம்–2

ஆன்ட்டியை சூப்பருன்னா
ஸ்டூப்பிட்ன்னு திட்றாங்க!
ஸ்கூட்டியை ஃபாலோ பண்ணா
நாட்டின்னு திட்றாங்க!

ஃபிகருக்கு ரூட்டுவிட்டா
எல்லோரும் திட்றாங்க!
ஃபுட்போர்டில் ட்ராவல் பண்ணா
கண்டபடி திட்றாங்க!

தியேட்டரில் விசிலடிச்சா
டார்ச்சர்ன்னு திட்றாங்க
சீட்டு மேல காலவெச்சா
சீக்ரெட்டா திட்றாங்க!

திட்டட்டும் திட்டட்டும்
தெரிஞ்சி திட்டட்டும்!
டீன் ஏஜ் ஃபீலிங்சை
புரிஞ்சி திட்டட்டும் திட்டிட்டுப் போகட்டும்டா!

12. என் போதி மரத்தின் வேர்கள்

இரண்டு ஆண்டுகளுக்கு முன் தொலைபேசியில் ஒருவர் தொடர்பு கொண்டார். "என் பேரு செல்வம். மக்கள் கவிஞர் பட்டுக்கோட்டை கல்யாணசுந்தரம் எனக்கு அம்மா வழி தாத்தா. நானும் என் மனைவியும் உங்கள் வரிகளின் காதலர்கள். எங்க வீட்டுக்கு ஒருநாள் விருந்துக்கு வரணும்" என்றார். சென்றேன்.

தபால் பெட்டிகளில் கடிதங்களுக்குப் பதிலாக பால் பாக்கெட்டுகள் காத்திருக்கும் அடுக்கு மாடிக் குடியிருப்பு அது. அவரும் அவர் மனைவியும் வரவேற்று, தங்களை அறிமுகப்படுத்திக்கொண்டனர். இருவரும் ஏழு வருடங்களாகக் காதலித்துக்கொண்டிருந்தார்களாம். நடுவில் ஒரு மனஸ்தாபம். இரண்டாண்டு பிரிவு. இவர் வேலைக்காக துபாய் சென்றுவிட்டார். பேச்சுவார்த்தை யின்றி சீனச் சுவரைப் போல் இவர்களுக்குள் ஒரு பிரிவுச் சுவர். ஒருநாள் இவர் மனைவி துபாய்க்குத் தொலைபேசி, 'டும் டும் டும்' படத்துல 'ரகசியமாய்'னு ஒரு பாட்டு இருக்கு. கேளுங்க' என்றாராம். இவர் துபாயில் அலைந்து 'ரகசியமாய்' பாடலைக் கேட்டு விட்டு கிறங்கி அடுத்த விமானத்தில் சென்னை வந்து விட்டாராம். மனஸ்தாபம் மறைந்து பதிவுத் திருமணம் செய்துகொண்டார்களாம்.

விருந்து முடிந்ததும் செல்வம் கிண்டலாகச் சொன்னார், "ரகசியமாய் பாட்டு மாதிரி இன்னொரு பாட்டு எழுதுங்க. நான் ரெண்டாவது கல்யாணம் பண்ணிப்பேன்." அவர்

மனைவி அவரைச் செல்லமாக அடித்துவிட்டு என்னிடம் கேட்டார், "உங்க காதல் அனுபவத்தை சொல்லுங்க?" நான் புன்னகையுடன் சொன்னேன், "காதல் கவிதை எழுதுபவர்கள் கவிதை மட்டும் எழுதுகிறார்கள். அதை வாங்கிச் செல்லும் பாக்கியசாலிகளே காதலிக்கிறார்கள்!"

'டும்...டும்...டும்' தான் என் திரைவானில் திருப்புமுனை ஏற்படுத்திய படம். ஒரு நாள் 'மெட்ராஸ் டாக்கீஸ்' நிறுவனத்தில் இருந்து அழைப்பு வந்தது. மெட்ராஸ் டாக்கீஸ், இயக்குநர் மணிரத்னத்தின் தயாரிப்பு அலுவலகம். உள்ளே நுழைகிறேன். 'டும் டும் டும்' இயக்குநர் அழகம்பெருமாள், இயக்குநர் மணிரத்னத்திடம் என்னை அறிமுகப்படுத்துகிறார். நான் என் கவிதைத் தொகுப்புகளைக் கையெழுத்திட்டுத் தருகிறேன். மணி சார் புன்னகையுடன் சொல்கிறார், "நான் ஏற்கனவே படிச்சிட்டேன்பா... ரொம்ப நல்லா இருந்துச்சி... அதனால தான் உங்களைப் பாட்டெழுதக் கூப்பிட்டோம்." அது கனவில்லை, நிஜம் என்று புரிய நேரமானது.

இயக்குநர் மணிரத்னம் கதை, திரைக்கதை, வசனம் எழுதித் தயாரிக்க, அழகம்பெருமாள் இயக்கிய படம் 'டும் டும் டும்'. திரைப்படக் கல்லூரியில் தங்கப் பதக்கம் வாங்கியவர் அழகம்பெருமாள். இலக்கியப் பரிச்சயமும் கவிதை ரசனையும் கொண்டவர். கிட்டத்தட்ட நான்கைந்து மாதங்கள் 'மெட்ராஸ் டாக்கீஸ்' அலுவலகத் தோட்டத்தில் இருக்கும் மாமரத்துடனும் மரங்கொத்தி களுடனும் அமர்ந்து அப்படத்துக்குப் பாடல் எழுதிய அனுபவம் அலாதியானது.

ஆரம்பத்தில் நான் பாடல் என்றால் கவிதைத் தெறிப்புடன் இருக்க வேண்டுமென்று உள்ளொளி, பிரக்ஞை போன்ற வார்த்தையெல்லாம் கலந்து எழுதிக் கொடுத்தேன். மணி சார் எல்லா வற்றையும் படித்துவிட்டு தன் அறைக்கு அழைத்தார். அன்று அவர் ஒரு நல்ல பாடலுக்கு என்னென்ன இலக்கணங்கள் வேண்டும் என்று சொல்லித் தந்தது இன்று வரை எனக்கு உதவிக்கொண்டிருக்கிறது.

"உங்க கவிதையைப்போல அனுபவத்தில் இருந்து பாட்டு எழுதுங்க... நேரடியா இதயத்தைப் பாதிக்கும். அனுபவத்துக்கு அப்புறம் வெளிப்பாட்டில் ஒரு பாட்டுக்கு நாலு விஷயம் முக்கியமா தேவை. Simplicity, Standard, Style, Sound. இந்த எளிமை, தரம், இசையோடு இணைதல், புதிய உத்தி என்கிற கலவையின் விகிதாச்சாரத்தை நான் கற்றது அங்கேதான். என் போதி மரத்தின் வேர்கள் அங்கிருந்து தான் தொடங்குகின்றன.

'ரகசியமாய்' பாடலை நான் மெட்ராஸ் டாக்கீஸ் அலுவலகத்தில் ஓரிரவு முழுக்க கண் விழித்து எழுதினேன். எழுதிய களைப்பில் மேஜையிலே உறங்கிவிட்டேன். காலையில் கண் விழித்தபோது என் மேஜையில் தேநீர் வைக்கப்பட்டிருந்தது. இயக்குநர் மணிரத்னம் எதிரே நான் எழுதியவற்றைப் படித்துக் கொண்டிருந்தார். "வெரி குட்! இந்தப் பல்லவி நல்லா இருக்கு. இந்த வரிகள் தரும் உணர்வுகள் நிச்சயம் இதயத்தைத் தொடும்" என்றார். இன்று வரை என் வார்த்தை அம்புகள் இதயத்தைத் தொட்டுவிட்டன என்று யாராவது சொல்லும் போதெல்லாம் என் மனம் சரியான இலக்கை நோக்கி வில் பிடிக்க கற்றுக்கொடுத்த மணி சாருக்கு மானசீகமாக நன்றி சொல்லும்.

பல்லவி

பெண் : ரகசியமாய் ரகசியமாய்
புன்னகைத்தால் பொருள் என்னவோ?

ஆண் : அதிசயமாய் அவசரமாய்
மொழி தொலைந்தால் பொருள் என்னவோ?

பெண் : சொல்லத் துடிக்கும் வார்த்தை கிறங்கும்
தொண்டைக் குழியில் ஊசி இறங்கும்!

ஆண் : இலை வடிவில் இதயம் இருக்கும்
மலை வடிவில் அதுவும் கனக்கும்

பெண் : சிரித்து சிரித்து சிறையிலே
கிக்கிக்கொள்ள அடம் பிடிக்கும்!

சரணம்–1

பெண் : நிலம் நீர் காற்றிலே
மின்சாரங்கள் பிறந்திடும்
காதல் தரும் மின்சாரமோ
பிரபஞ்சத்தைக் கடந்திடும்

ஆண் : ஒருநாள் காதல் என் வாசலில்
வரவா? வரவா? கேட்டது
மறுநாள் காதல் என் வீட்டிற்குள்
அடிமை சாசனம் நீட்டுது

பெண் : காதல் நுழைந்தாலே வளர்ந்தாலே
ஏனோ உளறல்கள்தானோ?

சரணம்–2

ஆண் : வெள்ளைத்தாளை போலவே
என் இதயம் இருந்ததே
மெல்ல வந்து உன்விரல்
காதல் என்று எழுதுதே

பெண் : நிஜமாய் நீ என்னைத் தீண்டினால்
பனியாய் பனியாய் கரைகிறேன்!

ஆண் : ஒளியாய் நீ என்னைத் தீண்டினால்
நுரையாய் உன்னுள் கரைகிறேன்

பெண் : அதுவோ அது இதுவோ இது எதுவோ
அதையே யாமறியோமே!

13. ஜென் தோட்டத்து சரளைக்கல்

எல்லாப் பாதையும் ரோமை நோக்கிச் செல்லும் என்பார்கள். இன்று வரை என் எல்லாப் புகழும் என் குருநாதர் இயக்குநர் பாலுமகேந்திராவை நோக்கியே செல்லும். ஒரு கூட்டுப் புழுவாக அவரது அலுவலகத்தில் நுழைந்த என்னைப் பாட்டுப் புழுவாக மாற்றி பட்டாம் பூச்சியாகப் பறக்கவிட்டவர் அவர். பாடலாசிரியனாக என் பயணம் தொடங்குவதற்கு முன்னால் அவரிடம் இரண்டு வருடங்கள் உதவி இயக்குநராக இருந்தேன்.

ஒரு ஜென் குருவின் தோட்டத்தில் கிடக்கும் சின்னஞ் சிறு சரளைக் கற்களுக்குள்ளும் சலனமற்ற மலைகளின் மௌனம் இடம் பெயர்வதில்லையா! அதைப்போல் என் ஆளுமையின் ஒவ்வோர் அணுவையும் செதுக்கியவர் அவர்.

ஆஹா.... அந்த நாட்கள்! உலக சினிமாவின் கதவு களைத் திறந்து என் ஞானத் தகப்பன் என் சிறு விரல்கள் பிடித்து என்னை அழைத்துச் சென்ற நாட்கள் அவை. காலை அகிரா குரோசேவா, மதியம் கீஸ்லோவ்ஸ்க்கி; இரவு மக்ஸன் மக்மல்பஃப் எனத் தேடித் தேடி உலக இயக்குநர்களின் படங்களைப் பார்த்து பாடம் பயின்ற பருவம் அது.

பாலுமகேந்திரா சார் ஒரு தேர்ந்த படிப்பாளி. ஜெயமோகனின் புதிய நாவல் ஒன்றைப் படித்துவிட்டு

அவரிடம் பேச சென்றால் எனக்கு முன்பே அவர் அதைப் படித்திருப்பார். ஒரு தேர்ந்த தச்சனைப்போல திரைப்படம் என்னும் ஊடகத்தை கையாளத் தெரிந்தவர். திரைக்கதையை அவர் சொல்லச் சொல்ல எழுதிக் கொண்டிருப்பேன். ஒரு வீட்டைப் பற்றிய விவரணை களைச் சொல்லிவிட்டு தூரத்தில் ஈனஸ்வரத்தில் ஒரு காகம் கரைந்துகொண்டிருக்கிறது என்பார். இந்த நுண்ணிய பார்வையும் எதார்த்தமும்தான் இன்று வரை அவரை முக்கியமான இந்திய இயக்குநர்களின் பட்டியலில் வைத்திருக்கிறது.

என் ‘தூர்’ கவிதையைப் படைப்பாளிகள் சங்க தொடக்க விழாவில் வாசித்து திரையுலகுக்கு என்னைப் பரவலாக அறிமுகப்படுத்தியவர் அவர். எந்த உயரத்துக்குச் சென்றாலும் எளிமையான வாழ்முறையை மட்டும் விட்டுவிடக் கூடாது என்ற பாலபாடத்தை நான் கற்றது அவரிடம்தான். “உன்னைப் பாடலாசிரியனா அறிமுகப்படுத்தவாவது நான் சீக்கிரம் அடுத்த படம் ஆரம்பிக்கணும்” என்று அடிக்கடி சொல்வார்.

இடைப்பட்ட காலத்தில் நான் பாடலாசிரியனாக அறிமுகமாகி நிறைய படங்களுக்கு எழுதிவிட்டேன். ஒரு நாள் அதிகாலையில் தொலைபேசியில் என் குருநாதரின் கணீர் குரல் ஒலித்தது. ‘ஜூலி –கணபதி’னு ஒரு படம் எடுக்கிறேன். உடனே பிரசாத் ஸ்டூடியோவுக்கு வா! இளையராஜா இசையில் ஒரு பாட்டு எழுதணும்” என்றார். கால்களில் றெக்கை முளைத்துப் பறந்து சென்றேன்.

இசைஞானி இளையராஜாவின் அறை. யாருடைய இசைத் தாலாட்டில் நான் வளர்ந்தேனோ, என் புன்னகையிலும் கண்ணீரிலும் யாருடைய இசை துணையாக இருந்ததோ, அவர் என் முன் வீற்றிருக்கிறார். “உங்கள் - கவிதைகளை பாலு படிச்சுக் காண்பிச்சார். ரொம்ப நல்லா இருக்கு” என்று இசைஞானி சொல்லச் சொல்ல என் இருதய அறைகளில் மிருதங்க ஒலிகள்.

மழையில் கதாநாயகன் கார் ஓட்டுகிறான். பின்னணியில் பாடல் ஒலிக்கிறது. இதுதான் சூழல். இசைஞானி தந்த மெட்டுக்கு அங்கேயே அமர்ந்து 'குடை மறந்த நாளில் மழை அடிக்குதே! மின்னல் உன்னை ஒளிந்து ஒளிந்து படம் பிடிக்குதே!' என்று எழுதிக் கொடுத்தேன். 'மழையைப் பற்றித் தொடங்காமல் பொதுவாகத் தொடங்கலாமே' என்று எல்லாரும் சொல்ல, 'எனக்குப் பிடித்த பாடல் அது உனக்குப் பிடிக்குமே! என் மனது போகும் வழியை உந்தன் மனது அறியுமே!' என்று வேறொரு பல்லவி எழுதினேன். பாடிப் பார்த்த இசைஞானி 'பிரமாதமாக இருக்கிறது' என்றார்.

இன்றுவரை நான் எழுதிய பாடல்களில் என் இதயத்துக்கு நெருக்கமாக இருக்கும் பாடல் இந்தப் பாடல், ஒவ்வொரு வரியாக எங்கள் காமிரா கவிஞர் படம்பிடித்த விதம் பாடலை வேறு தளத்துக்குக் கொண்டு சென்றது. எனக்குப் பிடித்த பாடல் உங்களுக்குப் பிடித்ததால் பெரிய அளவில் பிரபலமானது.

பல்லவி

எனக்குப் பிடித்த பாடல்
அது உனக்கும் பிடிக்குமே
என் மனது போகும் வழியை
உந்தன் மனது அறியுமே

என்னைப் பிடித்த நிலவு
அது உன்னைப் பிடிக்குமே!
காதல் நோய்க்கு மருந்து தந்து
நோயைக் கூட்டுமே!
உதிர்வது பூக்களா?
மனதில் வளர்த்த சோலையில்
காதல் பூக்கள் உதிருமா?

சரணம்-1

மெல்ல நெருங்கிடும்போது
நீ தூரப் போகிறாய்!
விட்டு விலகும் போது
நீ நெருங்கி வருகிறாய்!

காதலின் திருவிழா
கண்களில் நடக்குதே!
குழந்தையைப் போலவே
இதயமும் தொலையுதே!

வானத்தில் பறக்கிறேன்
மேகத்தில் மிதக்கிறேன்!
காதலால் நானும் ஓர்
காத்தாடி ஆகிறேன்!

சரணம்-2

பித்துப் பிடித்ததைப் போலவே
அடி பேச்சு குழறுதே!
மத்துக் கடைவதைப் போல
விழி மனசைக் கடையுதே!

நீர்த்துளி தீண்டினால்
நீ தொடும் ஞாபகம்!
நீ தொட்ட இடமெல்லாம்
கேட்குது உன் முகம்!

ஆயிரம் அருவியாய்
அன்பிலே நனைக்கிறாய்!
மேகம் போல எனக்குள்ளே
மோகம் வளர்த்து கலைக்கிறாய்!

நா.முத்துக்குமார்

14. கடிகாரத்து முட்கள்

சில வருடங்களுக்கு முன்பு 'நந்தா' படத்திற்காக ஒரு பாடல் எழுத இயக்குநர் பாலா அழைத்தார். பாலா இலக்கிய வாசிப்பும் திரை ஆளுமையும் கொண்ட கலைஞர். தமிழ் சினிமாவை உலக சினிமாவாக்க முயற்சிக்கும் ஒரு சில இயக்குநர்களில் முக்கியமானவர்.

'நந்தா' படத்தின் இசையமைப்பாளர் யுவன்சங்கர் ராஜா. பாலா சூழலை விளக்கிச் சொன்னார். "அன்பு என்பதை அறியாதவன். அப்பனைக் கொன்றவன். புதிதாக ஒரு உறவின் வெப்பத்தில் நெகிழ்கிறான். திசை மாறிக் கிடந்த அவன் வலிமையை தீயவற்றை அழிக்க திருப்பி விடுகிறது அந்த உறவு. வாழ்க்கையைப் பற்றிய தத்துவங்களுடன் பின்னணியில் பாடல் வேண்டும்" என்றார்.

வீட்டிற்கு வந்து எழுதுவதற்கு முன்பு இரவு முழுவதும் மொட்டை மாடியில் அமர்ந்து யோசித்துக் கொண்டிருந்தேன். வாழ்க்கைதான் எத்தனை புதிராக இருக்கிறது!

அப்போது நம் வாழ்க்கை சிறு பிள்ளைகள் செய்கின்ற கூட்டாஞ்சோறாய் இருந்தது. அதில் கல் உண்டு; மண் உண்டு. ஆயினும் பால்யத்தின் கண்களில் அவை குற்றமாகத் தெரியவில்லை. நாம் வளர வளர நம்

குற்றங்களுக்கும் கை கால் முளைத்து வளர்ந்து கேள்வி கேட்கத் தொடங்கிவிட்டன.

தாய் வயிற்றிலிருந்து பூமிக்கு வருகையில் எல்லோரும் தலை கீழாகத்தான் பிறந்து வருகிறோம். அதனால்தான் வளர்ந்து வாழ்ந்து மடியும்வரை நமக்கான வழிகள் நேராக இருப்பதில்லை.

ஒவ்வொரு நாளும் நாட்காட்டியில் பூக்கிறபோது புதிய புதிய முகங்களுடனும் அனுபவங்களுடனும் போராட்டங்களுடனும் பூத்து இன்றைய தினம் இப்படியாக முடிந்தது என்று மெல்லத் தேய்ந்து உதிர்கிறது.

இருப்பைவிட இழப்புதான் நமக்கு அதிகம் கற்றுத் தருகிறது. இழப்பு என்று எதுவுமில்லை. இழப்பு என்பது இன்னொரு உருமாற்றம். காட்டு மரம் வேரோடு சாய்ந்து நதி நீரில் விழுகிறது. கால்கள் அதில் கடந்து செல்ல மரம் பாலமாகிறது. இலை ஒன்று உதிர்ந்தாலும் அதன் வாழ்க்கை முடிவதில்லை. காத்திருந்து காற்று வந்து அதைக் கைகோர்த்து மேலே தூக்கிச் செல்கிறது. காற்றின் திசையே காற்றில் மிதக்கும் இலையின் திசை.

"வெப்பம் கதிரவனுக்காய் காத்திருப்பதில்லை, சூடாவதற்கு! காற்றும் நிலவுக்காகக் காத்திருப்பதில்லை, குளிர்வதற்கு!" என்கிறது ஜென் தத்துவம். புல்லுக்கும் புழுவிற்கும் சேர்த்துதான் படைக்கப்பட்டிருக்கிறது பூமி. கோயில் வாசல் மூடிவிட்டால் என்ன? கிளிகள் வாழ கோபுரத்தில் இடமில்லாமலா போய்விடும்?

இத்தனைக்குப் பிறகும் இந்த மண்ணில் இன்னமும் அன்பைக் கொல்ல ஆயுதம் கண்டுபிடிக்கப்படவில்லை. ஆலமரக் கிளைகளில் பறவை எச்சம் விழுந்து வேறு மரங்கள் முளைத்துக்கொண்டுதான் இருக்கின்றன. கடல் தாண்டிப் பறக்கும் பறவைகளுக்கு இளைப்பாற பனிப் பாறைகள் இடம் கொடுத்துக்கொண்டிருக்கின்றன.

யுவனின் மெட்டு, போர் முரசுக்குண்டான தாளக்கட்டுடன் இருந்தது. சிற்றிலக்கியங்களில் ஒன்றான

நா.முத்துக்குமார்

பரணியின் இலக்கணத்தை வாழ்வின் சாற்றுடன் பல்லவியில் கலந்து சொன்னால் என்ன என்று தோன்றியது. 'பரணி' என்பது ஒரு பாவகை. போர்க்களத்தில் எதிரியின் ஆயிரம் யானைகளை வெட்டி வீழ்த்தும் மன்னன் பேரில் பாடப்படுவது. தமிழில் கலிங்கத்துப் பரணியின் சந்தத்தில் மனதைப் பறிகொடுத்தவன் நான், "ஓர் ஆயிரம் யானை கொன்றால் பரணி; ஆதலால் யுத்தம் இருக்கு கவனி" என்றெழுதி இயக்குனர் பாலாவிடம் கொடுத்தேன். இதுதான் நான் எதிர்பார்த்தது என்றார். அப்படத்தில் இணை இயக்குனர்களாகப் பணியாற்றிய ஜேடி–ஜெர்ரி இருவரும் ஒவ்வொரு வரியையும் சொல்லிச் சொல்லிச் சிலாகித்தனர்.

பாடல் பதிவான பின் ஒருநாள் பாலாவிடமிருந்து அழைப்பு வந்தது. படப்பிடிப்பு நடக்கும் இடத்திற்கு வரச் சொல்லி கார் அனுப்பியிருந்தார். சென்றேன். 'எனக்காகவே எழுதியதைப் போலிருந்தது உங்கள் வரிகள்... என் சிறிய அன்பளிப்பு" என்று ஒரு பையைக் கொடுத்தார். பிரித்தால் புத்தம்புதிய கைக்கடிகாரமும் சட்டைத் துணியும் இருந்தன. அவரது அன்பில் நெகிழ்ந்தேன். இன்று வரை பல வெளிநாட்டுக் கடிகாரங்கள் உள்ளபோதும் என் கையில், பாலா கொடுத்த கடிகாரமே தவழ்ந்து கொண்டிருக்கிறது. அதன் முட்கள் நகரும் போதெல்லாம் நன்றாகப் பாட்டெழுது என்ற எச்சரிக்கையையும் சேர்த்து எனக்கு தந்து கொண்டிருக்கின்றன.

பல்லவி

ஓர் ஆயிரம் யானை கொன்றால் பரணி!
ஆதலால் யுத்தம் இருக்கு கவனி!
தாய் வயிற்றில் தலைகீழாக....
உன் வழியோ இல்லை நேராக!
தோள் சாய புது உறவிங்கே
தூண் எல்லாம் இனி தூளாக!

சரணம்

குழலோசை இல்லை குயிலோசை இல்லை
இடியோசை ஒன்றே அறிந்தாயே!
முரணோடு வாழ்ந்து முள்ளோடு சேர்ந்து
அன்பால் இன்று பூப்பூக்கின்றாய்!

ஒரு ராஜா வருந்தாமல்
அட புத்தன் ஜனனம் இல்லை!
மனம் நொந்து நொறுங்காமல்
எந்த சித்தனும் பிறப்பது இல்லை !

வாழ்ந்தாய் தீயின் மடியில்!
சேர்ந்தாய் தீர்த்தக் கரையில்!

15. வாத்துகள் விட்டுச்சென்ற நட்சத்திரங்கள்

எல்லா ஊரையும் போலவே எங்கள் ஊரிலும் ஓர் ஆறு இருந்தது. காஞ்சிபுரத்து பாலாற்றில் இருந்து கிளை பிரிந்து, ஓர் இளம் பெண்ணின் சேலை போல நீண்டு நெளிந்து எங்கள் கன்னிகாபுரத்தைச் சுற்றி வளைந்து செல்லும் எங்கள் ஆற்றுக்குப் பெயர் வேகவதி ஆறு. இன்று அந்த ஆறு சாயக் கழிவுகளால் தின்னப்பட்டு நிராதரவற்று வாழ்வின் கரை ஒதுங்கிய முதியவளின் சேலை போல ஆங்காங்கே கிழிந்து கிடக்கிறது.

எங்கள் பால்யத்தின் நிலா நீந்திய ஆற்றில் இன்று வயதின் எறும்புகள் ஊர்கின்றன. என் பால்யத்தின் ஒவ்வொரு ரகசியத்தையும் அந்த ஆறு அறிந்திருக்கிறது. ஊர் அந்நியப்பட்டது போல் பூக்கள் மிதந்த ஆறும் பிளாஸ்டிக் பைகளைச் சுமந்தபடி அந்நியப்பட்டு நிற்கிறது.

வேகவதி ஆற்றங்கரையில் சிறுவர்கள் நாங்கள் கிரிக்கெட் விளையாடுவோம். தென்னை மட்டையில் பேட், சைக்கிள் டியூபில் பந்து, ஆடாதொடை குச்சிதான் ஸ்டம்ப். நாங்கள் விளையாடுவதை வேடிக்கை பார்க்க அதிகாலையில் இளமஞ்சள் சூரியன் உதித்து அந்தி மாலையில் முதுமஞ்சளாக விடைபெறும். ஒவ்வொரு நாளும் நாங்கள் விளையாடும்போது பக்கத்து கிராமத்தில்

இருந்து ஒரு குழு வாத்துகளை மேய்த்துக்கொண்டு வரும். நூற்றுக்கணக்கான வாத்துகளை ஆற்றுக்குள் நீந்த விட்டுவிட்டு எங்கள் விளையாட்டின் சுவாரஸ்யத்துக்குள் அந்தக் கும்பல் வாய் பிளந்து மூழ்கிவிடும்.

அப்போதெல்லாம் ஆறு எங்களுக்கு அம்பயராக இருந்தது. ஊர்ந்து வந்து தன்னைத் தொடும் பந்துக்கு அது நான்கு ரன் கொடுத்தது. அந்தரத்தில் பறந்து வந்து தன் மேல் மிதக்கும் பந்துக்கு ஆறு ரன் கொடுத்தது. ஆயினும் ஆறு கொடுக்கும் ஆறு ரன்களை பெறும் பாக்கியம் கடைசி வரை எனக்குக் கிட்டியதே இல்லை. வாத்துகளை வேடிக்கை பார்ப்பவன் என்பதால் நான் டக் அடித்து விட்டு பந்து பொறுக்கும் பொறுப்பை ஏற்றுக்கொள்வேன்.

ஆஹா! வாத்துகள்! சிறகு முளைத்த சின்ன வெளிச்சத்தைப்போல் அவை நீந்தும் அழகு! நான்கு வாத்துகளும் ஒரு பெண்ணும் சேர்ந்தால் அந்த இடம் சந்தையாகிவிடும் என்று ஒரு பழமொழி உண்டு. குறுகுறு நடையிட்டு க்வாக் க்வாக் சத்தமிடும் வாத்துகள் அந்தப் பழமொழியை நிரூபிக்கும்.

எல்லாவற்றுக்கும் மேல் வாத்துகளிடம் என்னைக் கவர்ந்தது அவற்றின் காலடிகள். ஈரமண்ணில் நடந்து செல்லும் வாத்துகளின் காலடிகளைக் கவனித்திருக்கிறீர்களா? மண்ணில் கடவுளால் வரையப்பட்ட நட்சத்திரங்கள் அவை! திரைப் படத்தில் என் முதல் பாடலை எழுத காலடி வைத்தபோது அந்த வாத்துகளின் காலடியோடுதான் நான் நுழைந்தேன்.

என் முதல் பாடல் 'வீரநடை' என்ற படத்தில் இடம் பெற்றது. என்னைப் பாடலாசிரியராக அறிமுகப்படுத்தியவர் இயக்குநர் சீமான். தந்தை பெரியாரின் கொள்கைப் பிள்ளை. என்னைப்போலவே கவிஞர் அறிவுமதியின் பட்டறையில் இருந்து வந்தவர். என் கவிதைத் தொகுப்பைப் படித்துவிட்டு தொலைபேசியில், "அண்ணன் படத்துக்கு பாட்டு எழுதறியா தம்பி?" என்று அன்பொழுகக் கேட்டு அறிமுகப்படுத்தியவர்.

கதாநாயகி இயற்கையை வர்ணித்துப் பாடும் சூழல் அது. என் கிராமத்து வரப்புகளையும் வாத்துகளையும் வரிகளில் எழுதிக் கொடுத்தேன். ரசித்து ரசித்து தேர்ந்தெடுத்து என் வரிகளை ராகத்தேரில் அமர வைத்தார். 'வீரநடை' படத்துக்கு இசை தேவா. இப்பாடலில் வரும் 'நட்சத்திரக் கால் பதிக்கும் வாத்துக் கூட்டம் பிடிச்சிருக்கு' என்ற வரிகளைத் தன்னிடம் கம்போஸிங் செய்ய வரும் இயக்குநர்களிடம் எல்லாம் வியந்து சொல்லி, 'வீரநடை' வெளியாகும் முன்பே முப்பது படங்களுக்கு மேல் பாடல் எழுத வைத்தவர். முதன்முதலாக அவருடன் கம்போஸிங் அமர்ந்தபோது, "திறமைக்குத் திரைபோட முடியாது" என்று என் வரிகளைப் படித்துவிட்டு அவர் சொன்ன வார்த்தைகள் இன்றும் எனக்குள் உற்சாகம் அளித்துக் கொண்டிருக்கிறது.

யாருக்கும் கிடைக்காத பாக்கியம் எனக்குக் கிடைத்தது. என் பெயரின் முதல் வார்த்தையிலேயே என் முதல் பாடல் தொடங்கும். இதுவரை வந்த தமிழ்த் திரைப்பாடல்களிலேயே அதிக உவமைகள், உருவகங்கள் கொண்ட பாடல் இது என ஆய்வாளர்கள் கருதுவது இன்னொரு சிறப்பு.

பல்லவி

முத்து முத்தா பூத்திருக்கும்
முல்லைப் பூவை புடிச்சிருக்கு!

மஞ்சமஞ்ச பல்வரிசை
மக்காச்சோளம் புடிச்சிருக்கு!
சின்னச் சின்ன தண்ணிக்குடம்
இளநீரைப் புடிச்சிருக்கு!

சரணம்

புத்தகத்தைப் போல றெக்கை விரித்தாடும்
பட்டாம்பூச்சி பிடிச்சிருக்கு!
காதல் தோல்விதானோ யாரறியக்கூடும்?
ஆட்டுத் தாடி பிடிச்சிருக்கு!

மண்ணில் விழுந்தாலும் என்றும் உயிர்வாழும்
அந்த மலை அருவி பிடிச்சிருக்கு!
நன்றிக்கடனோடு மண்ணில் தலைசாயும்
நெல்லின் மரியாதை பிடிச்சிருக்கு!

நட்சத்திரக் கால் பதிக்கும்
வாத்துக் கூட்டம் பிடிச்சிருக்கு!
செம்பருத்திக் கொண்டை போட்ட
சேவலையும் பிடிச்சிருக்கு!

கைப்பிடி நீண்ட குடை போல
பனை மரம் பிடிச்சிருக்கு!
கை வீசாம நடக்கும்
காற்றையும் பிடிச்சிருக்கு!

16. கிராமத்து வேர்கள்

இயக்குநர் இமயம் பாரதிராஜாவுக்கும் எனக்கும் அடிக்கடி செல்லமான சண்டைகள் நடக்கும். அவர் ஒரு முரட்டுக் குழந்தை. என் 'பட்டாம்பூச்சி விற்பவன்' கவிதைத் தொகுப்பை அவர்தான் வெளியிட்டுப் பேசினார். "எங்கள் தெற்கத்திச் சீமையில் ஓலைச் சுவடியில் நூலை நுழைத்து ஜோதிடம் சொல்வார்கள். சிலருக்கு நல்லது வரும். சிலருக்கு கெட்டது வரும். இத்தொகுப்பில் எந்தப் பக்கத்தைப் பிரித்தாலும் நல்ல கவிதைகள்தான் வரும். இவன் வேரில் ஈரம் தெரிகிறது. இந்த விதை திரை உலகில் விருட்சமாகும்" என்று என் வெளியீட்டு விழாவில் ஒன்றரை மணி நேரத்துக்கும் மேல் அவர் பேசிய வார்த்தைகள் இன்றும் என் காதில் ஒலித்துக் கொண்டிருக்கின்றன.

அப்போது நான் பாடலாசிரியனாகவில்லை. எந்த இலக்கிய விழாவில் என்னைப் பார்த்தாலும் பாரதிராஜா சார் அருகே அழைத்து அன்போடு கையைப் பிடித்துக் கொள்வார்.

"என்னய்யா பாட்டு எழுத பயிற்சி எடுத்துக் கிட்டியா?"

"எடுத்துட்டேன் சார்."

"ஆனாலும் நான் உனக்குப் பாட்டு கொடுக்க மாட்டேன்."

"ஏன் சார்?"

"கிராமத்து உணர்வுகளை உன்னால சொல்ல முடியாது."

"நானும் கிராமம்தான் சார்."

"காஞ்சிபுரத்து கிராமத்தை என்னால கிராமம்னு ஒத்துக்க முடியாது. மதுரை பக்கம்தான்யா உண்மையான கிராமம் இருக்கு. நீங்க எல்லாம் புத்தகம் படிச்சி வாழுறவங்க."

"எல்லா கிராமத்திலயும் உணர்வுகள் ஒண்ணுதான் சார்" என்று நான் புன்னகையுடன் சொல்ல அந்த சந்திப்பு முடியும்.

இடைப்பட்ட காலத்தில் நான் பாடலாசிரியனாக நிறைய படங்களுக்கு எழுதிக்கொண்டிருந்தேன். என் பிரபலமான ஒவ்வொரு பாடல் வரிகளையும் விழாக்களில் சந்திக்கும்போது பாரதிராஜா சார் பாராட்டிச் சொல்வார். ஆனாலும் இறுதியாக "உனக்கு நான் பாட்டு தர மாட்டேன். மதுரை கிராமமே வேற.." என்று சிரித்தபடி சொல்ல உரையாடல் முடியும்.

'நியூட்டனின் மூன்றாம் விதி' என்ற என் அடுத்த கவிதைத் தொகுப்பு வெளிவந்தபோது 'பாட்டு கொடுக்க மாட்டேன் என்று அடம் பிடிக்கும் தமிழ் சினிமாவின் மூத்த குழந்தைக்கு' என்று எழுதி கையெழுத்திட்டு பாரதிராஜாவிடம் கொடுத்தேன். படித்துப் பார்த்து விட்டு செல்லமான கோபத்துடன் என்னை அடிக்க ஓடி வந்தார். நான் ஓட, அவர் துரத்த ஒன்றும் புரியாமல் அலுவலகமே வேடிக்கை பார்த்தது.

நீண்ட இடைவெளிக்குப் பிறகு பாரதிராஜாவிட மிருந்து அழைப்பு வந்தது. "ஈர நிலம்"னு ஒரு படம் எடுக்கறேன். எனக்கு ஒரு பாட்டு எழுதணும்" என்றார்.

"தமிழ் சினிமாவுல உங்களுக்குப் பிறகு இப்போது அதிக கதாநாயகர்களை நான்தான் அறிமுகப்படுத்திக் கொண்டிருக்கிறேன்" என்றேன் சிரித்தபடி. உண்மை யிலேயே 'ரன்' படத்தில் 'தேரடி வீதியில்' பாடல் பிரபல

மான பிறகு முப்பது படங்களுக்கு மேல் கதாநாயகர்களை அறிமுகப்படுத்தும் பாடல்களை அப்போது நான்தான் எழுதிக்கொண்டிருந்தேன். விஷயத்தைச் சொன்னதும் "என் பையனையும் நீதான்யா அறிமுகப்படுத்தணும்... இதுவும் கதாநாயகன் அறிமுகப்பாட்டுதான்" என்றார் பாரதிராஜா புன்னகைத்தபடி. மிலிட்டரியில் இருந்து திரும்ப வரும் அண்ணனை வரவேற்று தம்பி பாடும் பாட்டு.

இயக்குநர் பாரதிராஜாவுக்கு எழுதுவது கோபுரத்தில் தேன்கூடு கட்டுவது போல. எழுதிய பின் 'உனக்கு எது பிடிச்சிருக்கோ அந்த வரிகளை எல்லாம் சொல்லுய்யா' என்று முழு சுதந்திரம் கொடுப்பார்.

நான் எழுதிய வரிகளைப் படித்ததும் "எல்லா கிராமத்தின் உணர்வுகளும் ஒண்ணுதான்யா' என்று பாரதிராஜா ஆமோதித்தார். இசை உளி கொண்டு செதுக்கும் சிற்பி இசையில் 'ஈர நிலம்' படத்தில் வந்த இந்தப் பாடலும், சமீபத்தில் பாரதிராஜா இயக்கத்தில் மீண்டும் சிற்பி இசையில் தமிழ்த்திரைத் தொலைக் காட்சிக்காக 'கல்தோன்றி மண்தோன்றி' என்ற தலைப்புப் பாடலும் எனக்கு நல்ல பெயர் வாங்கிக் கொடுத்த பாடல்கள். திரை உலகின் ஒரு சகாப்தத்துடன் இப்போதுதான் கிறுக்கத் தொடங்கியிருக்கும் ஓர் இளங்கவிஞன் கைகோர்த்து பவனி வந்தது எத்தனை பெரிய பேறு!

பல்லவி

மேகம் கருக்குது வானம் இருட்டுது
மே காட்டு மூலையிலே!
காத்தும் சிரிக்குது கலகலப்பூட்டுது
பனங்காட்டு ஓலையிலே!

மானூத்து கம்மா நெறஞ்சா
மீனுக்கு கொக்கு பறக்கும்
மழை விட்டும் மரத்தடியில்
எப்போதும் தூறல் இருக்கும்

சரணம்-1

தண்டட்டி காதுக்காரி
கெணத்துக்கு சேதி சொல்லு
கூட்டாக ஆட்டம் போட வரப் போறாக!

கம்மாயில் மீன் பிடிக்கும்
கொக்குக்கு சேதி சொல்லு
துப்பாக்கி வெச்சிருந்தும் சுட மாட்டாக!

அந்த வரையாடுங்க
அதை வெலை பேசுங்க
நம்ம அய்யனாரு விருந்துக்கு கேப்பாருங்க!

அய்யா குடிகாரங்க
கொஞ்சம் எளப்பாறுங்க
அண்ணன் ஆர்மிக்காரன்
ரம்மு எல்லாம் கொடுப்பாருங்க!

சரணம்-2

ஏழெட்டு வண்டி கட்டி
பெண் பார்க்கப் போகும்போது
அண்ணனை கேலி செஞ்சி அம்பு விட்டாங்க!
அக்காக்கள் இல்லா வீடு
அரைவீடு உண்மைதாங்க
அண்ணிங்க வந்து அதை தீர்த்து வெச்சாங்க!

நீ தாலி கட்ட
புதுமேளம் கொட்ட
அட அட்சதையின் பச்சரிசி பத்துமூட்ட

வெறும் மோர் சோத்துல
புதுக் கருவேப்பில
நம்ம மச்சியோட கைமணக்கும் சாப்பாட்டுல!

நா.முத்துக்குமார்

17. பட்டாம்பூச்சி விற்பவன்

மூன்று வருடங்களுக்கு முன்பு ஒரு மழைக்காலம். அதிகாலையில் என் செல்லிடப்பேசி சிணுங்கியது.

"வணக்கம். எம் பேரு சுகுமாரன்."

"வணக்கம்."

உங்க 'பட்டாம்பூச்சி விற்பவன்' புத்தகம் படிச்சேன். எல்லாக் கவிதையும் எனக்குப் பிடிச்சிருக்கு."

"நன்றி. நீங்க என்ன பண்றீங்க"

"பட்டாம்பூச்சி விக்கறேன்?"

கொஞ்ச நேரம் பேச்சு நின்று ஆச்சர்யத்தில் விழுந்தேன்.

"என்ன பண்றதா சொன்னீங்க?"

"பாண்டிபஜார்ல பட்டாம்பூச்சி விக்கறேன். உங்களை நேரில் சந்திக்கணும்."

''சாயங்காலம் வாங்க'' என்றேன் ஆச்சர்யம் அடங்காமல்.

வந்தவரைப் பார்த்ததும் அதிர்ந்தேன். முப்பதுக்குள் வயது. ஒல்லியான தேகம். எதையோ தொலைத்த கண்கள். வலது காலுக்குப் பதில் ஊன்றுகோல் இருந்தது. அமர வைத்து தேநீர் கொடுத்தேன்.

சுகுமாரனுக்கு பூர்வீகம் கோவை. குடும்பம் இரண்டு தலைமுறைக்கு முன்பே கேரளத்தில் குடியேறி விட்டது. கோவையில் கொஞ்சம், கேரளத்தில் கொஞ்சமாகப் படித்திருக்கிறார். கவிதை ஆர்வம் அதிகம். மலையாளச் சிறுபத்திரிகையில் வெளிவந்த என்னுடைய 'பட்டாம்பூச்சி விற்பவன்' கவிதை மொழிபெயர்ப்பைப் படித்துவிட்டு, தேடிப் பிடித்து தமிழில் தொகுப்பை வாங்கிப் படித்திருக்கிறார்.

கேரளத்தில் ஒரு பெண்ணும் இவரும் விழுந்து விழுந்து காதலித்திருக்கிறார்கள். ஒரு விபத்தில் இவரது வலது கால் எடுக்கப்பட அந்தப் பெண் காதலைக் கொன்று விட்டு சென்றுவிட்டாள். குடும்பத்துடன் இருக்கப் பிடிக்காமல் சென்னை வந்து ஒரு வாரம் பட்டினி. பின்பு பிளாட்பாரத்தில் பிளாஸ்டிக் பட்டாம்பூச்சி விற்கும் வேலை.

ஓர் அட்டை விற்றால் மூன்று ரூபாய் லாபம். ஒரு நாளைக்கு இருபதிலிருந்து நாற்பதுக்குள் விற்கும். மழை நாளில் மீண்டும் பட்டினி.

மூச்சு விடாமல் தன்னைப் பற்றி விவரித்துக் கொண்டிருந்தவரையே பார்த்துக்கொண்டிருந்தேன்.

"உங்க காதலி உங்களைப் பிரிஞ்சி போனது வருத்தமா இல்லையா?"

"அவளுக்காவது நல்ல வாழ்க்கை கெடைச்சா சரி சார். எம் மனசுல எப்பவுமே அவ இருக்கா. மனசுல இருக்குறவளை மரணம் கூடப் பிரிக்காது" என்றார் கண்கலங்கியபடி.

காதலும்கூட ஒரு பட்டாம்பூச்சி போலத்தான். நெருங்கும்போது விலகி, விலகும்போது நெருங்கி, நூறு நூறு வண்ணங்கள் காட்டி, பிடிக்கும் விரல்களை ஏமாற்றி... என காதலும் பட்டாம்பூச்சியும் ஒன்று எனத் தோன்றியது. சுகுமாரனுக்கு காதல் ஒரு பிளாஸ்டிக் பட்டாம்பூச்சி. அது சிறகடிப்பதில்லை. இடம் மாற்றி இடம் மாற்றி அது

நா.முத்துக்குமார்

விற்பவனை அலைய வைக்கிறது. உண்மைதானோ என எண்ணும்படி வாங்குபவனையும் ஏமாற்றுகிறது. வீட்டுச் சுவரில் பல்லிகளையும் ஏமாற்றுகிறது.

"அடிக்கடி பேசறேன் சார். உங்ககிட்ட பேசுனா ஆறுதலா இருக்கு" என விடைபெற்றார்.

சில வாரங்களுக்குப் பிறகு இயக்குநர் செல்வராகவன் அழைத்து, 'காதல் கொண்டேன்' படத்துக்குப் பாடல் எழுதச்சொல்லி மெட்டையும், சூழலையும் சொன்னார். காதல் தோல்விப் பாடல். என் மனத்தில் சுகுமாரன் பட்டாம்பூச்சிகளுடன் வந்தார். அனைவரையும் பாதிக்கும் பொதுவான அனுபவங்களைப் படமாக்கு வதில்தான் செல்வராகவனின் தனித்தன்மையும் வெற்றியும் இருக்கிறது எனத் தோன்றியது. யுவனின் உயிர் உருக்கும் இசைக்கு 'ஒரு வண்ணத்துப்பூச்சி எந்தன் வழி தேடி வந்தது. அதன் வண்ணங்கள் மட்டும் இன்று விரலோடு உள்ளது' என எழுதிக் கொடுத்தேன். "ஒவ்வொரு வரியிலும் என் கதை உள்ளது" என பாராட்டினார் இயக்குநர். 'தேவதையைக் கண்டேன்' பாடல் பிரபலமான பின் ஒருநாள் சுகுமாரன் பேசினார்.

"காற்றினில் கிழியும் இலைகளுக்கெல்லாம் காற்றிடம் கோபம் கிடையாது" என்று உரையாடலைத் தொடங்கினார். குரலை அடையாளம் கண்டுபிடித்து, "சுகுமாரன் எப்படி இருக்குறீங்க?" என்றேன். "கவர் மெண்ட்ல லோன் வாங்கி டெலிபோன் பூத் வெச்சிருக்கேன். பார்வையற்ற ஒரு பெண்ணைக் கல்யாணம் செஞ்சுக்கப் போறேன். நீங்க அவசியம் வரணும்" என்றார்.

சென்று வந்தேன். வாழ்வின் கதவுகள் அடை பட்டாலும் சாளரம் வழியே காற்று வரத்தான் செய்கிறது.

பல்லவி

தேவதையைக் கண்டேன்
காதலில் விழுந்தேன்
என் உயிருடன் கலந்துவிட்டாள்!
நெஞ்சுக்குள் நுழைந்தாள்
மூச்சுக்குள் நிறைந்தாள்
என் முகவரி மாற்றி வைத்தாள்!

ஒரு வண்ணத்துப் பூச்சி எந்தன்
வழி தேடி வந்தது
அதன் வண்ணங்கள் மட்டும் இன்று
விரலோடு உள்ளது

தீக்குள்ளே விரல் வைத்தேன்
தனித் தீவில் கடை வைத்தேன்
மணல் வீடு கட்டி வைத்தேன்!

சரணம்–1

தோழியே ஒரு நேரத்தில்
தோளிலே நீ சாய்கையில்
பாவியாய் மனம் பாழாய்ப்போகும்!

சோழியாய் எனை சுழற்றினாய்
சூழ்நிலைத் திசை மாற்றினாய்
கானலாய் ஒரு காதல் கொண்டேன்
கண்ணைக் குருடாக்கினாய்!

காற்றினில் கிழியும் இலைகளுக்கெல்லாம்
காற்றிடம் கோபம் கிடையாது!
உன்னிடம் கோபம் இங்கு நான் கொண்டால்

எங்கு போவது? என்ன ஆவது?
என் வாழ்வும் தாழ்வும் உன்னைச் சேர்வது!

சரணம்–2

விழியோரமாய் ஒரு நீர்த்துளி
வழியுதே என் காதலி
அதன் ஆழங்கள் நீ உணர்ந்தால் போதும்!

அழியாமலே ஒரு ஞாபகம்
அலைபாயுதே என்ன காரணம்?
அருகாமையில் உன் வாசம் வீசினால்
ஸ்வாசம் சூடேறிடும்

கல்லறை மேலே பூக்கும் பூக்கள்
கூந்தலைப் போய்தான் சேராது!
எத்தனை காதல் எத்தனை ஆசை

தடுமாறுதே தடம் மாறுதே
ஒரு ஊமைக்கனவு உடைந்து போகுதே!

18. விசிட்டிங் கார்டு

எழுத்தாளர் கந்தர்வன் என் குடும்ப நண்பர். என் மீதும் என் படைப்புகளின் மீதும் பாசம் வைத்திருந்தவர். கவிதை, பாடல் என என்ன எழுதினாலும் தினமும் அவரிடம் தொலைபேசியில் படித்துக் காட்டிவிடுவேன். எப்போது நேரில் சந்தித்தாலும் 'ஏலே' என்று உற்சாகத்துடன் ஓடிவந்து கைகளைப் பிடித்துக் கொள்வார். சென்ற வருடம் அவர் மாரடைப்பால் இறந்து போன அதிர்ச்சியில் இருந்து இன்னும் மீளவில்லை. இப்போதும் என்னைச் சுற்றி 'ஏலே...' என்ற குரல் காற்றின் அலைகளில் மிதந்துகொண்டிருக்கிறது.

கந்தர்வனுடன் நான் அறிமுகமான சம்பவம் கண்முன் விரிகிறது. எட்டு ஆண்டுகளுக்கு முன்பு சென்னை புத்தகக் கண்காட்சியில் முற்போக்கு எழுத்தாளர் சங்கத் தோழர் ஒருவர் கந்தர்வனிடம் என்னை அறிமுகப்படுத்தினார். என் கவிதைத் தொகுப்பில் கையெழுத்திட்டு அவரிடம் கொடுத்தேன். புன்னகையுடன் விடைபெற்றார். இரண்டு நாட்கள் கழித்து என் வீட்டுக்கு ஒரு கடிதம் வந்தது. கந்தர்வன் எழுதியிருந்தார். கடிதத்தைப் பிரித்ததும் ஒரு ஐம்பது ரூபாய்த்தாள் கீழே விழுந்தது. நான் என் கவிதையொன்றில், "பொண்டாட்டி தாலியை அடகு வெச்சி புத்தகம் போட்டேன்! .... விசிட்டிங் கார்டு மாதிரி ஓசியில் தர வேண்டியிருக்கு!" என எழுதியிருந்தேன். கந்தர்வன்

தன் கடிதத்தில் "மேற்சொன்ன வரிகளைப் படித்ததும் தூக்கிப் போட்டு காலில் மிதிப்பது போலிருந்தது... இத்துடன் ஐம்பது ரூபாய் அனுப்பியுள்ளேன். கிஃப்ட் செக் தருவதை இந்த ஊர் வங்கிகள் நிறுத்திவிட்டன" என எழுதியிருந்தார். இரண்டு வருடம் கழித்து என்னுடைய அடுத்த தொகுப்புக்கு கந்தர்வனிடம் முன்னுரை வாங்கினேன். அதில் என் விசிட்டிங் கார்டு வரிகளைக் குறிப்பிட்டு வலி தாங்காமல் முத்துக்குமாருக்கு ஐம்பது ரூபாய் அனுப்பினேன் என்று எழுதியிருந்தார்.

சில வருடம் கழித்து இயக்குநர் அமீர்ஜான் ஒரு விழாவில் இயக்குநர் சிகரம் கே. பாலசந்தரை அறிமுகப் படுத்தினார். என் புத்தகத்தில் கையெழுத்திட்டுக் கொடுத்தேன். இரண்டு நாட்கள் கழித்து இயக்குநர் கே.பாலசந்தரிடமிருந்து ஒரு கடிதம் வந்தது. கடிதத்தைப் பிரித்தால் உள்ளே சிறியதாக இன்னொரு கவர் இருந்தது. அதன் மேல், "கந்தர்வன் முன்னுரையைப் படித்ததும் எனக்கும் வலி தாங்காமல்..." என எழுதி உள்ளே ஐநூறு ரூபாய் இருந்தது. என் கவிதைகளைப் பாராட்டி நாம் விரைவில் சந்திப்போம் என முடித்திருந்தார் கே.பி.

அந்த நாளும் வந்தது. கே.பி.சாரின் நூறாவது படமான 'பார்த்தாலே பரவசம்' படத்திற்கு பாட்டெழுத ஒரு நாள் கே.பி சாரின் கவிதாலயா நிறுவனத்தில் இருந்து அழைப்பு வந்தது. இந்த இடத்தில் நான் இயக்குநர் மணிரத்னத்தை நன்றியோடு நினைத்துக்கொள்கிறேன். என் கவிதைகளை இசையமைப்பாளர் ஏ.ஆர்.ரகுமானிடம் படித்துக் காட்டி, 'பார்த்தாலே பரவசம்' படத்துக்கு பாடல் எழுத அவர் தான் முக்கிய காரணமாக இருந்தார்.

கவிதாலயா கண்ணதாசன், வாலி என பெரும்பெரும் கவிஞர்கள் கோலோச்சிய இடம். தயக்கத்துடனும், தமிழுடனும் உள்ளே சென்றேன். இசையமைப்பாளர் ஏ.ஆர்.ரகுமானைப் பார்த்துவிடலாம் எனச் சொல்லி கே.பி. அழைத்துச் சென்றார். ஏ.ஆர்.ரகுமானின் கோட்டைக்குள் நுழைகிறேன். உலகமெல்லாம் தன்

சிறகு விரிந்திருந்தாலும் எந்தவித பந்தாவும் இல்லாமல் எளிமையாக வரவேற்றார் ஏ.ஆர்.ரகுமான். "உங்க கவிதையை மணி சார் சொன்னாரு... நல்லா இருந்திச்சி... ஏதாவது பல்லவி எழுதிக் கொடுங்க... மெட்டு போடலாம்" என்றார்.

ஓர் இளைஞனின் உற்சாகத்துடன் கே.பி சூழலைச் சொன்னார். கதாநாயகன் ஒரு திரைப்பட நடிகன். அவனைத் துரத்தி, துரத்தி ரசிகைகள் பாடுவதாக பாடல் வேண்டும். ஏ.ஆர். ரகுமான் இரவில் இசையமைப்பவர். அவரது ஒலிப்பதிவுக் கூடத்தில் இரவு முழுக்க அமர்ந்து பாடல் எழுதிக் கொடுத்தேன். 'ஒவ்வொரு வரியும் புதுசா இருக்கு' என பாராட்டி தேர்ந்தெடுத்தார். "உங்க வரிகள் இளமையா இருக்கு..... இனிமையாவும் இருக்கு" என்றார் ஏ.ஆர். ரகுமான். விடியற்காலையில் பாடல் பதிவு முடிந்து வீட்டுக்குச் செல்கையில் சூரிய உதயம் மாநகரத்தின் மீது மஞ்சள் வெளிச்சத்தைத் தெளித்துக்கொண்டிருந்தது. அந்த மஞ்சள் வெளிச்சம் என் மீதும் கொஞ்சம் விழுந்தது.

தொகையறா

நடுயாம உரிமைக்காரா
மறைந்தேகும் மறவன் நீயா?
அதரத்தால் ஆயுதம் செய்வாயா?

பல்லவி

ராத்திரியின் சொந்தக்காரா
ரகசியப் போர் வித்தைக்காரா
முத்தத்தால் வன்முறை செய்வாயா?

தமிழ்நாட்டில் தண்ணீர்ப் பஞ்சம்
தனியாகக் குளித்தால் கஞ்சம்
ஒன்றாகக் குளித்திட வருவாயா?
பார்த்தாலே பரவசமே...

சரணம்–1

திருவள்ளுவரும் உனக்கென்ன உறவா?
இரு உதடுகள் ரெண்டு வரிக் குறளா?
இன்பப் பதவுரை தருவாயா?

தினம் உச்சரிக்கும் உந்தன் பெயராலே
மனம் நச்சரிக்கும் சுவர்க்கோழி போலே
என் காயத்ரி மந்திரம் நீதானா?

நீ வீதிவலம் வந்தால்
தெருவிளக்கும் கண்ணடிக்கும் கண்ணா!
இங்கு என்னைத் தவிர
அனைத்துப் பெண்களுக்கும் நீதான் அண்ணா!

சரணம்–2

சிவகாசியில் தீப்பொறி எடுத்து
சிரபுஞ்சியில் ஈரப்பதம் கொடுத்து
கோலார் தங்கம் சேர்த்த அங்கம்தானா?

எங்கள் காதலும் காஃபியும் ஒன்று
நீ சுடச்சுடக் குடித்தால் நன்று
மெல்ல சுவைத்திட வருவாயா?

நான் வெண்ணெய் போலவே
உன்னைத் தின்னவா நாதா?
பல கோடி ஆண்கள்
உனக்கு முன்னால் சாதா!

19. ரயில் பெட்டியும் நகைப் பெட்டியும்

கொஞ்சம் ஓய்வு கிடைத்தாலும் திருவண்ணாமலைக்கு சென்று விடுவேன். இரண்டு காரணங்களால் திருவண்ணாமலை எனக்கு மிகவும் பிடிக்கும். ஒன்று... அந்த ஊரின் கம்பீரமான மௌனம். இரண்டு... கவிஞரும் எழுத்தாளருமான பவா. செல்லதுரை.

பவா. செல்லதுரையின் குடும்பமே இலக்கியத்துக்கு தங்களை அர்ப்பணித்துக் கொண்ட குடும்பம். அவரது மனைவி ஷைலஜா, கேரளக் கவிஞர் பாலச்சந்திரன் சுள்ளிக்காடின் 'சிதம்பர ரகசியங்கள்' புத்தகத்தின் மொழி பெயர்ப்பாளர். தமிழ்நாட்டில் கலை இரவு என்கிற இலக்கியக் கூட்ட வடிவத்தை அறிமுகப்படுத்தி மக்களிடம் முன்னெடுத்துச் சென்றதில் பவாவின் பங்கு முக்கியமானது.

சென்ற வருடம் கார்த்திகை தீபத்துக்கு திருவண்ணாமலை சென்றிருந்தேன். வருடந்தோறும் தீபத்துக்கு நான் திருவண்ணாமலை செல்வது வழக்கம். அடிப்படையில் நான் ஒரு நாத்திகன். ஆயினும் திருவிழாக் காலங்களில் மக்கள் பெருங்கடல் பார்த்து மகிழ்ச்சி கொள்வது எனக்குப் பிடித்த ஒன்று.

மாலையில் தீபம் ஏற்றியதும் திருவண்ணாமலை தகதகக்கும். ஊரே விளக்கேற்றி தீயை வணங்கும். தீ முன் கண் மூடி நிற்பதையும் கரைந்து உருகுவதையும் ஆன்மிகம் என்ற ஒற்றைச் சொல்லுக்குள் அடைத்துவிட முடியாது. காட்டுக் குகையில் இருந்து நம் உதிரத்தில் தீ தொடர்ந்து கொண்டுதானிருக்கிறது. தீயே நீ வாழ்க! உன் முன் என் அகங்காரம் அழிகிறது. தீ பார்த்து உறையவும் தீயில் தொலைந்துபோகவும் நான் திருவண்ணாமலை தீபம் செல்வது வழக்கம்.

சென்ற வருடம் தீபத்தை ஒட்டி திருவண்ணாமலை எஸ்.கே.பி. பொறியியல் கல்லூரியில் ஓர் இலக்கிய விழாவுக்கு ஏற்பாடு செய்யப்பட்டிருந்தது. மாலையில் நான் கவிதை வாசிப்பதாக நிகழ்ச்சி. எஸ்.கே.பி. பொறி யியல் கல்லூரி நிறுவனர் கருணாநிதி தேர்ந்த இலக்கிய வாசகர்.

மாலையில் அவரது கல்லூரி நிகழ்ச்சிக்கு கிளம்பு கையில் என் செல்ஃபோன் சிணுங்கியது. இயக்குநர் ஷங்கர் அலுவலகத்தில் இருந்து ஃபோன். "அந்நியன் படத்துக்கு ஒரு பாட்டு எழுதணும்.... டைரக்டர் உடனே வரச் சொன்னாரு."

"நான் திருவண்ணாமலையில் இருக்கிறேன். நாளை வந்தால் பரவாயில்லையா?" என்றேன். கொஞ்ச நேரம் கழித்து மீண்டும் தொலைபேசி அழைத்தது. "உடனே கிளம்பி வரச் சொல்றாரு" எஸ்.கே.பி.கருணாநிதியிடம் விஷயத்தைச் சொன்னேன். "வேலைதான் முக்கியம். நிகழ்ச்சியை அடுத்த வாரம் வச்சிக்கலாம். உடனே கிளம்புங்க" என்றார் கோபித்துக் கொள்ளாமல்.

இரவு எட்டு மணிக்கு சென்னை வந்து இயக்குநர் ஷங்கரை சந்தித்தேன். இயக்குநர் ஷங்கருக்கு நான் எழுதும் முதல் படம். படபடப்பாக இருந்தது. தன் உயரத்துக்கு உண்டான எந்த பந்தாவும் இல்லாமல் எளிமையாகப் பழகினார். அவருடன் பணியாற்றியது சுகமான ஓர் அனுபவம்.

உழைப்பு... உழைப்பு... உழைப்பு... இதுதான் அவரது வெற்றியின் சூட்சுமம் என்று புரிந்தது.

'அந்நியன்' கதைச் சுருக்கம் சொல்லி, பாடலுக்கான சூழலையும் விளக்கினார். இசையமைப்பாளர் ஹாரிஸ் ஜெயராஜின் ஒலிப்பதிவுக் கூடத்தில் அமர்ந்து பல்லவி எழுதிக் கொடுத்தேன். முதல் பல்லவியே இயக்குநர் ஷங்கருக்குப் பிடித்துப் போனது.

'கசடதபற வல்லினம் இவன், யரலவழள இடையினம் இவன், ஙஞணநமன மெல்லினம் இவன்' என்ற பல்லவி படத்தின் கதையுடன் இருந்தது. பாமர மக்களுக்கு இந்தப் பல்லவி புரியாது. வேறு எழுதலாமே என்று இசையமைப்பாளர் ஹாரிஸ் சொல்ல வேறு பல்லவியைத் தேர்ந்தெடுத்தார் இயக்குநர். பாடல் பதிவாகி முடிந்ததும் இயக்குநர் ஷங்கர் என்னிடம் சொன்னார், "எனக்கு எல்லா கவிஞர்களும் ரயில் பெட்டி அளவுக்கு எழுதுவாங்க. அப்பவும் திருப்தியடைய மாட்டேன். நீங்க மட்டும்தான் நகைப் பெட்டி அளவுக்கு எழுதி உடனே ஓ.கே. ஆயிட்டீங்க." இதைவிட ஒரு இளங்கவிஞனுக்கு வேறென்ன வேண்டும்? 'அந்நியன்' படத்தில் மிகவும் பிரபலமான இந்தப் பாடலைக் கேட்கும்போதெல்லாம் என் உதிரத்தில் திருவண்ணாமலையின் தீபமும் அந்தப் பரபரப்பும் தொற்றிக் கொள்ளும்.

பல்லவி

காதல் யானை வருகிறான் ரெமோ
முத்தத் தந்தத்தில் முட்டுவான் ரெமோ
அப்பள இதயங்கள் பத்திரம் ரெமோ
ரேம்ப் வாக் ரெமோ

தூக்கத்தில் துரத்தும் டிராகன் ரெமோ
பூக்கள் வெடிக்கின்ற ஸ்டன்கன் ரெமோ
ரம்பைகள் ஹார்ட்டில் ரிங்டோன் ரெமோ
ரெயின்போ ரெமோ

அல்ஜீப்ரா இவன் தேகம்
அமீபாவாய் உருமாறும்
கிங் கோப்ரா இவன் வேகம்
குயிலெல்லாம் தடுமாறும்

சரணம்–1

ரிங்கு மாஸ்டரின் சிங்கம்போல்
சுத்தி சுத்தி வரும் பெண்கள் பார்
வேர்க்காது எனக்கு விசிறிகள் கோடி இருக்கு

சங்கு சக்கர வேகம் போல்
வட்டமிட்டு வரும் ஆட்டம்பார்
பேபிகார்ன் நீ எனக்கு டெடிபியர் நான் உனக்கு

R... E...M...O... REMO REMO
ரியோடிஜெனீரோ ரோமியோ!

சரணம்–2

ஹிரோஷிமா நீதானோ
நாகசாகியும் நீதானோ
உன் மீதுதானோ என் காதல் பாமோ

ஹரப்பாவும் நீதானோ
மொகஞ்சதாரோ நீதானோ
ஆய்வாளன் நானோ ஆராயலாமோ

R... E...M...O... REMO REMO
ரியோடிஜெனீரோ ரோமியோ!

20. மோனலிசாவின் புன்னகை

இரண்டு வாரங்களுக்கு முன்பு 'புதுப்பேட்டை' படத்தின் பாடல் பதிவுக்காக இயக்குநர் செல்வராகவன் மற்றும் இசையமைப்பாளர் யுவன்சங்கர் ராஜாவுடன் பாங்காக் சென்று வந்தேன். புத்தரைப் போற்றும் பாங்காக் பூமியில் பதினைந்து நாட்கள் கவிதையாகக் கழிந்தன.

சென்னை வந்ததும் ஊரில் இல்லாதபோது வந்திருந்த கடிதங்களை வீட்டில் கொடுத்தார்கள். மின்னஞ்சல், தொலைபேசி என்று விஞ்ஞானத்தின் கதவுகள் விரியத் திறந்திருந்தாலும் கைப்பட எழுதப்படும் கடிதங்கள்தான் நம் அன்பை இன்னும் உயிர்ப்புடன் வைத்திருக்கின்றன. கையெழுத்தைப் பார்க்கும்போதே எழுதியவரின் முகத்தையும் கடைசியாகச் சந்தித்த நினைவுகளையும் கண்முன் கொண்டு வருபவை கடிதங்கள் மட்டுமே. மின்னஞ்சல் குரோட்டன்ஸ் செடிகளைப் போல. அவை பூப்பதில்லை.

ஒவ்வொரு கடிதமும் ஒவ்வொரு உணர்வைத் தாங்கி வந்திருந்தது. கடிதங்களுக்கு நடுவே பிலிம் நியூஸ் ஆனந்தனிடம் இருந்து ஒரு புத்தகக் கட்டு கொரியரில் வந்திருந்தது. தமிழ் சினிமாவின் நடமாடும் அகராதி அவர். சேவை நோக்கில் தமிழ் சினிமாவைப் பற்றி அரிய தகவல்களைச் சேர்த்து வைத்திருப்பவர். ஆர்வத்துடன் கடிதத்தைப் பிரித்தேன்.

அன்புமிக்க முத்துக்குமார்...

இளைஞர்களை மட்டுமல்ல என்னைப் போன்ற எண்பது வயது வயோதிகன் மனத்தையும் வருடச் செய்த பாடல் 'உனக்கென இருப்பேன்...!' கண்ணதாசன் காலத்தில் இருந்து பாடல்களைக் கேட்டு வருகிறேன். யாருக்கும் கடிதம் எழுதியதில்லை. இந்தப் பாடல் உங்களுக்கு எழுதத் தூண்டிவிட்டது என எழுதியிருந்தார். அன்பளிப்பாக அவரது நூலையும் அனுப்பியிருந்தார்.

என் மனம் பறக்க ஆரம்பித்தது. உடனே அவரை தொலைபேசியில் தொடர்பு கொண்டு ஊருக்குச் சென்றிருந்த தகவல் சொல்லி நன்றி சொன்னேன். 'உனக்கென இருப்பேன்' பாடலை தினமும் கேட்பதாகச் சொன்னார். என் முன்னே அந்தப் பாடலை எழுதிய சூழல் வந்து நின்றது.

'காதல்' திரைப்படத்தில் கடைசியாக எழுதிய பாடல் 'உனக்கென இருப்பேன்.' முழுக் கதையின் அடர்த்தியும் இந்தப் பாடலில் இறங்க வேண்டும் என்றார் இயக்குநர் பாலாஜி சக்திவேல். சென்னையில் இருந்து திண்டிவனம் சென்று திரும்பும் காதல் ஜோடியின் பயணம்தான் சூழல். "துன்பம் கலந்த இன்பம் இந்தப் பாட்டில் இருக்க வேண்டும், மோனலிசாவின் புன்னகை மாதிரி..." என்றார் பாலாஜி சக்திவேல். இந்தப் பாடலுக்காக இயக்குநரும் ஒளிப்பதிவாளர் விஜய்மில்டனும் சென்னையில் இருந்து இரவு கிளம்பி திண்டிவனம் வரை சென்று வரலாம் என்று அழைத்தார்கள். அன்று வேறு பணி இருந்ததால் அவர்களுடன் செல்ல முடியவில்லை. நான் பயணங்களின் பிரியன். ஆயினும் இந்தப் பாடலுக்காக ஒரு தனிப் பயணம், அதுவும் சென்னை திண்டிவனம்தான் செல்லவேண்டும் என்று அன்புக் கட்டளை போட்டார் இயக்குநர்.

அதே வாரத்தில் ஒருநாள் நான் மட்டும் தனியாக மெட்டை அசைபோட்டபடி அரசுப் பேருந்தில் நள்ளிரவு ஏறி திண்டிவனம் சென்று அதே பேருந்தில் சென்னைக்குத் திரும்பி வந்தேன். வழியில் சாப்பாட்டுக்காக ஓர் இடத்தில்

நிறுத்தினார்கள். வண்டியை விட்டு விலகி மெல்ல தேசிய நெடுஞ்சாலையில் வந்து அமர்ந்தேன். தேய்பிறைக் காலமாதலால் நிலா இருந்தும் இல்லாமலிருந்தது. சாலையோர புளியமரங்களில் புள்ளி புள்ளியாக மின்மினிப் பூச்சிகள் விளக்கேற்றிக்கொண்டிருந்தன.

"நிலாவொளியை மட்டும் நம்பி இலை எல்லாம் வாழ்வதில்லை.... மின்மினியும் ஒளி கொடுக்கும்" என்ற வரிகள் அந்தப் பயணத்தில் அப்போது பிறந்த வரிகள்தான்.

சிறு வயது முதல் எங்கள் கிராமத்து வயற்காடுகளின் மின்சாரக் கம்பங்களின் மீது பறவைகள் பயமின்றி கூடு கட்டுவதைக் கவனித்திருக்கிறேன். நீண்டகாலமாக மனத்தின் அடி ஆழத்தில் மிதந்துகொண்டிருந்த அக்காட்சி இப்பாடலில் காதலுக்கான உருவகமாக மாறியது.

ஜோஷ்வா ஸ்ரீதரின் இசை, ஹரிஹரனின் குரல், பாலாஜி சக்திவேல் படமாக்கிய விதம் என எல்லோரு டைய ரசனையும் ஒன்றுசேர்ந்து வெற்றியடைந்த பாடல் இது.

பல்லவி

உனக்கென இருப்பேன்
உயிரையும் கொடுப்பேன்
உன்னை நான் பிரிந்தால்
உனக்கு முன் இறப்பேன்
கண்மணியே கண்மணியே
அழுவதேன் கண்மணியே
வழித்துணை நான் இருக்க...

சரணம்-1

கண்ணீரின் துளிகளை கண்கள் தாங்கும்
கண்மணி காதலின் நெஞ்சம்தான் தாங்கிடுமா?
கல்லறை மீதுதான் பூத்த பூக்கள்
என்றுதான் வண்ணத்துப்பூச்சிகள் பார்த்திடுமா?
மின்சாரக் கம்பிகள் மீதும்

மைனாக்கள் கூடு கட்டும்
நம் காதல் தடைகளைத் தாண்டும்!

வளையாமல் நதிகள் இல்லை
வலிக்காமல் வாழ்க்கை இல்லை
வருங்காலக் காயம் ஆற்றும்!

நிலவொளியை மட்டும் நம்பி
இலை எல்லாம் வாழ்வதில்லை
மின்மினியும் ஒளி கொடுக்கும்!

சரணம்–2

தந்தையையும் தாயையும் தாண்டி வந்தாய்
தோழியே இரண்டுமாய் என்றுமே நானிருப்பேன்!
தோளிலே நீயுமே சாயும்போது
எதிர்வரும் துயரங்கள் அனைத்தையும் நான் எதிர்ப்பேன்!

வெந்நீரில் நீ குளிக்க
விறகாகித் தீக்குளிப்பேன்!
உதிரத்தில் உன்னைக் கலப்பேன்!

விழிமூடும் போதும் உன்னை
பிரியாமல் நான் இருப்பேன்
கனவுக்குள் காவல் இருப்பேன்!

நானென்றால் நானே இல்லை
நீதானே நானாய் ஆனேன்
நீ அழுதால் நான் துடிப்பேன்!

21. இரும்புப் பசுவின் வியர்வை

புல்லின் இதழையும் புத்தராக பாவித்துக்கொள் என்கிறது ஜென் தத்துவம். எதைச் செய்கிறோமோ அதுவாகவே மாறிவிடுவதுதான் ஜென் மனநிலை. அந்த மனநிலையைத் தக்க வைப்பது கடினம். புற உலகின் எரிச்சல், பொறாமை, சூழ்ச்சி, புன்னகை, கண்ணீர் எல்லாவற்றையும் மேலேயே மிதக்க விட்டுவிட்டு அடி ஆழத்தில் நிச்சலனமற்று நகர்ந்து கொண்டிருக்கும் நதியைப் போன்றது அந்த மனநிலை.

தமிழில் நவீன கவிஞர்கள் நிறைய பேரின் கவிதையில் இத்தகைய ஜென் தத்துவ தரிசனத்தைக் காணலாம். தேவதச்சன், மனுஷ்யபுத்திரன், கல்யாண்ஜி, கலாப்ரியா, பசுவ்ய்யா, ரமேஷ் பிரேம் என அப்பட்டியல் நீளும். ஜென்னிலிருந்து கிளை பிரிந்த வடிவம்தான் ஹைக்கூ கவிதை வடிவம்.

ஜென் உரைகள் கவிதைக்கு மிக அருகில் இருப்பவை. நம் தமிழில் சில பழமொழிகளில் ஜென் சாயல் உண்டு.

'நாமற்ற நாம்' நிலையில் இருந்து வாழ்வை அணுகுவதே ஜென்.

'வெப்பம் கதிரவனுக்காய் காத்திருப்பதில்லை, சூடாவதற்கு; காற்றும் நிலவுக்காகக் காத்திருப்பதில்லை, குளிர்வதற்கு.'

'வாழ்க்கை என்பது கத்தியைப் போல காயப்படுத்தும்; தான் காயப்படாது. கண்கள் பார்க்கும்; ஆனால், தன்னையே பார்த்துக்கொள்ள இயலாது என்பதைப் போல.'

'வசந்தம் வந்தபோது எத்தனை பேர் கோவிலில்; மலர்கள் உதிர்ந்தபோது கதவை மூடிய பிட்சு மட்டுமே.'

'மலைப்பாதை பற்றி அறிய விரும்பினால் அங்கே முன்னும் பின்னும் செல்கிறவனைக் கேள்.'

'மாபெரும் வெற்றிடத்தை அகற்றித் தள்ள, இரும்புப் பசுவும் வியர்வை சிந்தத்தான் வேண்டும்.'

'புத்தர் தனது மூன்றங்குல இரும்பு நாவை வெளிக் காட்டிய போதுதான், உலகில் முதல் முறையாக கத்தியும் அம்புகளும் அறிமுகமாயின.'

இவையெல்லாம் சில ஜென் உரைகள்.

ஹைக்கூ கவிஞர்களின் பிதாமகன் 'பாஷோ' வின் பல கவிதைகள் நேரடியான ஜென் மனநிலையில் பிறந்தவை. 'பாஷோ' வின் Travelling Trough A Narrow Crooked Path என்கிற சுய வாழ்க்கை வரலாற்றுப் புத்தகத்தை சமீபத்தில் படித்தேன். தன் வாழ்க்கையில் எண்பது சத வீதத்தை ஜப்பான் முழுக்க நடந்து சென்று பயணங்களிலேயே கழித்திருக்கிறார் பாஷோ. அத்தகைய பயணத்தில் பிறந்த கவிதைதான்...

'பழைய குளம்
தவளை குதிக்கிறது
க்ளக் க்ளக்'

என்கிற அவரது புகழ்பெற்ற ஹைக்கூ.

திரைப்பாடல்களில் ஜென் மனநிலையிலான படிமங்களைப் பதியனிடுவதே என் பாணியாக நான் கடைப்பிடித்து வருகிறேன். ஏற்கெனவே கண்ணதாசன், வாலி, இசையமைப்பாளர் இளையராஜா போன்றவர்கள் எழுதிய சில பாடல்களில் இத்தகைய ஜென் வரிகளைக்

கண்டு, ஒரு பிரதேசத்தைக் காணும் குழந்தையின் பரவசத்தை அடைந்திருக்கிறேன். ஏறத்தாழ என் எல்லா பாடல்களிலும் ஏதோ ஓர் இடத்தில் ஜென் தடத்தில் பயணிக்க நினைக்கும் முயற்சியைக் காணலாம். கதாபாத்திரத்தின் சரியான உணர்வைச் சொல்ல சில இடங்களில் கஜலும் எனக்குக் கைகொடுத்திருக்கின்றது.

சமீபத்தில் 'சச்சின்' படத்துக்காக நான் எழுதிய பாடல் இத்தகைய மனநிலையில் பிறந்த பாடலே. 'சச்சின்' இயக்குநர் ஜான் தமிழ் சினிமாவில் யதார்த்தத்தை இழையவிட்ட இயக்குநர் மகேந்திரனின் மகன். ஒரு நாள் என்னை அழைத்து பாடலின் சூழலைச் சொல்லி "உங்க வரிகளை கவனிச்சிட்டு வர்றேன். நான் ஜென் கவிதைகளின் ரசிகன். உங்க 'காதல் கொண்டேன்', '7 ஜி ரெயின்போ காலனி' பாடல்களில் ஜென் கூறுகள் இருக்கு... எனக்கும் அப்படி ஒரு பாட்டு வேணும்" என்றார்.

இரண்டு நாட்கள் அவகாசம் வாங்கிக்கொண்டு நான்கைந்து பல்லவிகள் எழுதிக் கொடுத்தேன்.

முதல் பல்லவியே அவருக்குப் பிடித்துவிட்டது. மற்ற பல்லவிகளையும் நான் படத்தின் பின்னணி இசைக்கு பதிலாக உபயோகப்படுத்திக்கொள்கிறேன் என்று சொன்னார். இப்படத்தின் இசையமைப்பாளர் தேவிஸ்ரீ பிரசாத்தும் ஒரு தீவிர கவிதை ரசிகர். கவிதை ரசனை யோடு உள்ளவர்களோடு பணியாற்றுவது சுகமான அனுபவம் அல்லவா! கவிதையாகவே இப்பாடலைப் படமாக்கி இருப்பார் ஜான். இப்பாடலை நிசப்தமான இரவுகளில் கேட்கும்போது உடல் லேசாகி பறக்கும் உணர்வு தோன்றும்.

இத்தகைய பாடல்கள்தான் இன்னும் நல்ல பாடல்கள் எழுத வேண்டும் என்கிற உற்சாகத்தை எனக்குத் தருகின்றன.

பல்லவி

கண் மூடித் திறக்கும்போது
கடவுள் எதிரே வந்தது போல
அடடா என் கண் முன்னாடி
அவளே வந்து நின்றாளே!

குடை இல்லா நேரம் பார்த்து
கொட்டிப் போகும் மழையைப் போல
அழகாலே என்னை நனைத்து
இதுதான் காதல் என்றாளே!

தெரு முனையைத் தாண்டும் வரையில்
வெறும் நாள்தான் என்றிருந்தேன்!
தேவதையைப் பார்த்ததும் இன்று
திருநாள் என்கின்றேன்!

அழகான விபத்தில் இன்று
அய்யோ நான் மாட்டிக்கொண்டேன்!
தப்பிக்க வழிகள் இருந்தும்
வேண்டாம் என்கிறேன்!

சரணம்–1

உன் பேரும் தெரியாதே
உன் ஊரும் தெரியாதே
அழகான பறவைக்கு பேர் வேண்டுமா?
நீ என்னைப் பார்க்காமல்
நான் உன்னைப் பார்க்கின்றேன்
நதியில் விழும் பிம்பத்தை நிலா அறியுமா?
உயிருக்குள் இன்னோர் உயிரை
சுமக்கின்றேன் காதல் இதுவா!
இதயத்தில் மலையின் எடையை
உணர்கின்றேன் காதல் இதுவா!

சரணம்-2

வீதி உலா நீ வந்தால்
தெரு விளக்கும் கண்ணடிக்கும்!
வீடு செல்ல சூரியனும்
அடம் பிடிக்குமே!

நதியோடு நீ குளித்தால்
மீனுக்கும் காய்ச்சல் வரும்!
உன்னைத் தொட்டுப் பார்க்கத்தான்
மழை குதிக்குமே!

பூகம்பம் வந்தால் கூட
புரளாத நெஞ்சம் எனது
பூ ஒன்று மோதியதாலே
பட்டென்று சரிந்தது இன்று!

நா.முத்துக்குமார்

22. கடவுளின் சங்கீதம்

சென்ற வாரம் தன்னார்வத் தொண்டு நிறுவனம் ஒன்றின் நிகழ்ச்சிக்காக மதுரை சென்றிருந்தேன். ஊனமுற்றவர்களுக்கான கலை விழா அது. என்னை சிறப்பு விருந்தினராக அழைத்து பேசச் சொன்னார்கள். இயக்குநர் பாக்யநாதன் ஒரு பத்திரிகைப் போட்டியில் சொல்லியிருந்த கருத்துடன் என் பேச்சைத் தொடங்கினேன். 'எல்லோரும் பூமியில் இருந்து என்னை அளந்து பார்த்து நான் மிகவும் குள்ளம் என்கிறார்கள். ஆனால் நான் வானத்திலிருந்து என்னை அளந்து பார்த்து எல்லோரையும் விட அதிக உயரமானவன் என்று கர்வப்படுகிறேன்" என்று தன்னம்பிக்கையுடன் அந்தப் பேட்டியில் சொல்லி இருந்தார் பாக்யநாதன்.

வாழ்க்கையில் ஜெயிக்க இரண்டு கைகள் தேவை. ஒன்று தன்னம்பிக்'கை'. இன்னொன்று புன்ன'கை' என்று எனக்குக் கற்றுக்கொடுத்த காஞ்சிபுரத்து நண்பரைப் பற்றியும் சொன்னேன். ஒரு விபத்தில் இரண்டு கைகளையும் இழந்து கால்களால் எழுதப் பழகி, தேர்வு எழுதி, இன்றைக்கு அரசு அலுவலகத்தில் முக்கிய அதிகாரியாக இருக்கும் அவரது தன்னம்பிக்கைதான் உலகத்தின் கதவுகள் மூடிக்கிடந்தாலும் மோதித் திறக்கும் துணிச்சலை இன்று வரை எனக்குக் கொடுத்துக் கொண்டிருக்கிறது.

விழா மேடையில் 'டான்ஸர்' படத்தில் நான் எழுதிய 'சொன்னது...' பாடலை உணர்வுப்பூர்வமாகப் பாடி நடனம் ஆடினார்கள். விழா முடிந்ததும் நடந்த கலந்துரையாடலில், 'இந்தப் பாடலைக் கேட்கும் போதெல்லாம் எங்களுக்குள் உற்சாகம் ஊற்றெடுக்கிறது' என்று சில பார்வையற்ற சகோதரர்கள் தங்கள் எண்ணங்களைப் பகிர்ந்துகொள்ள நெகிழ்வுடன் நின்று கொண்டிருந்தேன்.

என் சிற்றனுபவத்தில் பார்வையற்றவர்கள் ரசிப்பது போல் இசையையும் இசைப் பாடலையும் வேறு யாராலும் ரசிக்க முடிவதில்லை. அவர்களின் உலகம் ஒலிகளால் ஆனது. ஒலியின் விரல் பிடித்து புற உலகில் நடப்பவர்கள் அவர்கள். கண் தெரியாத இசைக் கலைஞனின் புல்லாங்குழலில் இருந்தும், ஆர்மோனியத்தில் இருந்தும் பிறக்கும் சங்கீதம் கடவுளின் சங்கீதம்.

விழா முடிந்து சென்னை திரும்புகையில் என் மனம் 'டான்ஸர்' படப்பாடலை எழுதிய தருணத்தை அசைபோட்டுக்கொண்டிருந்தது. 'டான்ஸர்', இயக்குநர் கேயாரின் படம். விபத்தொன்றில் ஒரு காலை இழந்தாலும் நடனம் பயின்று தன்னம்பிக்கையுடன் கலை நிகழ்ச்சிகள் நடத்தி வரும் 'குட்டி' என்ற இளைஞர் கதாநாயகனாக நடித்த படம். ஒரு விழாவில் குட்டியின் நடனத்தைப் பார்த்ததும் இயக்குநர் கேயார் அவர்கள் குட்டியின் உண்மைக் கதையைப் படமாக்கி ஊனமுற்றவர்களுக்கு தன்னம்பிக்கை அளிப்பதற்காக எடுத்த படம்.

ஒருநாள் கேயார் என்னை அழைத்து படத்தின் கதையைச் சொல்லி, 'ஒவ்வொரு வரியிலும் தன்னம்பிக்கை இருக்கும்படி பாடல் வேண்டும்' என்று சொன்னார். படத்தின் இசையமைப்பாளர் பிரவீன்மணி, "நீங்கள் எழுதிக் கொடுங்கள் இசையமைக்கிறேன்" என்றார். பிரவீன்மணி வேளச்சேரியில் ஓர் அடுக்குமாடிக் குடியிருப்பின் பனிரெண்டாவது தளத்தில் குடியிருந்தார். அவரது வீட்டிலேயே பாடல் பதிவு நடைபெற்றது. அவரிடம் அனுமதி வாங்கிக்கொண்டு மொட்டை

மாடிக்குச் சென்றேன். அந்தி வானம் சிவப்பும் மஞ்சளும் கலந்த நிறத்தில் அஸ்தமித்துக்கொண்டிருந்தது. மேகம் பார்க்க நேரம் அற்று விரையும் மனிதர்களால் கண்ணுக்குத் தெரிந்த தூரம் வரை சாலையெங்கும் போக்குவரத்து நெரிசல். அந்தியில் கூடு திரும்பும் பறவைகள் எந்த பரபரப்பும் இல்லாமல் வானத்தில் பறந்து கொண்டிருந்தன.

நேற்று கலைந்த மேகங்களைப் பற்றி வருத்தப்படாமல் வானம் புதிய மேகங்களைப் பிரசவித்துக்கொண்டிருந்தது. இயற்கையை விட வேறு ஆசிரியர் இந்த உலகில் உண்டா? பாடல் முழுக்க இயற்கை நமக்குக் கற்றுக் கொடுப்பவற்றைப் பட்டியலிட்டேன்.

படித்துப் பார்த்து ஒரு வரி கூட மாற்றம் சொல்லாமல் பதிவு செய்தார்கள் இயக்குநரும் இசையமைப்பாளரும். இன்றும் நான் சோர்ந்து போகும்போதெல்லாம் இந்தப் பாடலை ஒரு முறை கேட்டால் என் ரத்தத்தில் சக்தி ஏறும்.

பல்லவி

சொன்னது என்ன சொன்னது?
என் வாழ்க்கை என்ன சொன்னது?
மோதிப் பார்க்க அலைகள் சொன்னது!
முட்டிப் பார்க்க விதைகள் சொன்னது!
தொட்டுப் பார்க்க வானம் சொன்னது!
தோண்டிப் பார்க்க தண்ணீர் சொன்னது!
மௌனம் காக்க மலைகள் சொன்னது!
மறைந்து இருக்க வைரம் சொன்னது!

தட்டித் திறக்க காற்றும் சொன்னது!
ஜோதி வளர்க்க தீயும் சொன்னது!
காயம் கற்க சிலைகள் சொன்னது!
மாயம் கற்க வானவில் சொன்னது!
இதுதான் வாழ்க்கை எனக்கு சொன்னது!

சரணம்-1

ஒரே ஒரு காலிலே நடனங்கள் ஆடிட
கற்றுக்கொள்ள பம்பரம் சொன்னது!
ஒரே ஒரு காலிலே தவங்களைச் செய்திட
தண்ணீரில் தாமரை சொன்னது!

ஒரு நாள் வாழ்க்கை புரிந்தோம்
இருந்தும் சிரிக்கப் பிறந்தோம்
பூக்கள் சொல்லி அறிந்தோம்!

சரணம்-2

கால்கள் இல்லாமல் வானத்தில் நடந்திட
கற்றுக்கொள்ள சூரியன் சொன்னது!
கால்கள் இல்லாமல் இருட்டைக் கிழித்திட
கற்றுக்கொள்ள சந்திரன் சொன்னது!

எட்டு நாள் வாழ்க்கை புரிந்தோம்
இருந்தும் உயரப் பறந்தோம்
பட்டாம்பூச்சி சொல்லி அறிந்தோம்!

23. காட்டு நெருப்பின் நடனம்

திரைப்பாடல்களில் எழுதுவதற்கு கொஞ்சம் கடினமாக இருப்பது வேகமான தாளக்கட்டுடன் கூடிய துள்ளல் இசைப் பாடல்களே. கரடுமுரடான சந்தங்களில் இடறி விழுந்தாலும் வார்த்தைகளுக்கு வலி எடுக்காமல் பார்த்துக் கொள்ள வேண்டும். துள்ளல் இசைப் பாடல்களுக்கு முக்கியமானது அதற்குப் பொருத்தமாக எழுதப்படும் வார்த்தைகளே. தமிழ் மொழியின் சிறப்பு என்னவென்றால் எந்த தாளக்கட்டுக்குள்ளும் பொருந்தி இசையெழுப்பும் சொற்களுடையது நம் மொழி. வெண்பா, விருத்தம், ஆசிரியப்பா, கட்டளை கலித்துறை என இலக்கணக் கட்டுப்பாட்டிலும் இனிமையாக ஒலிப்பது நம் மொழி.

மெல்லினம், வல்லினம், இடையினம் என இசையறிந்து எழுத்துகளைப் பகுத்து வைத்துள்ளது நம் மொழி. கதாபாத்திரத்தின் வலிமையைச் சொல்லும் இடத்திலும் கோபத்தைக் காட்டும் இடத்திலும் வல்லின எழுத்துகள் கொண்ட சொற்களைப் பயன்படுத்தினால் உணர்ச்சியும் வேகமும் அதிகரிக்கும்.

சமீபத்தில் 'புதுப்பேட்டை' படத்துக்காக நான் ஒரு பாடல் எழுதியிருக்கிறேன். ராப் எனப்படும் மேற்கத்திய துள்ளல் இசை மெட்டு அது. தமிழில் வார்த்தைகள் போட்டால் மெட்டு சிதைந்து விடுமோ என பயந்தார்

இசையமைப்பாளர் யுவன் சங்கர் ராஜா. தமிழில் முடியாததா? ஒரு மாத்திரைகூட குறையாமல் மெட்டின் அளவுக்கு எழுதிக் கொடுத்தேன். தேவாரம், திருவாசகம், குறவஞ்சி, நளவெண்பா, பள்ளு, சித்திரக்கவி, பிரபந்தம், சித்தர் பாடல்கள் எனப் பல இசை வடிவங்களில் கவிதை செய்த மொழி இது. எழுத்து எண்ணி இலக்கணத்துக்குள் எழுதும்போதும் கவிதையைக் காப்பாற்றியவர்கள் நம் முன்னோர்.

துள்ளல் இசைப் பாடல்கள் மக்களால் ஏன் விரும்பிக் கேட்கப்படுகின்றன? வாழ்வின் ஆகப் பெரிய சோகத்தில் இருப்பவன் கூட ஒரு துள்ளல் இசைப் பாடலைக் கேட்கும்போது தன்னை அறியாமல் காலை ஆட்டித் தாளம் போடுவது ஏன்? காட்டில் பறை அடித்து நெருப்புக்கு முன் நடனம் ஆடி விலங்குகளை விரட்டியவர்களின் சங்கிலித் தொடர்கள் நாம். நம் உதிரத்தின் தாளக்கட்டே துள்ளல் இசை தாளக் கட்டுதான்.

நான் எழுதிய துள்ளல் இசைப் பாடல்களில் என்னைக் கவர்ந்த பாடல் என 'தூள்' திரைப்படத்தில் வரும் 'கொடுவா மீசை' பாடலைக் குறிப்பிடுவேன். 'தன்னா னானா தனனா னானா' என காட்டு வெள்ளத்தைப் போல கட்டுக்கடங்காமல் மெட்டு கரை புரண்டோடும்.

'தூள்' படத்தின் இயக்குநர் தரணி உற்சாகமான மனிதர். தன்னம்பிக்கையையும் உழைப்பையும் திறமையுடன் கலந்து ஜெயித்தவர். அவருடன் பேசிக்கொண்டிருந்தாலே ஆயிரம் பாட்டில்கள் க்ளுக்கோஸ் ஏற்றிய தெம்பு நம் மனசுக்குக் கிடைக்கும். இசையமைப்பாளர் வித்யாசாகரும் அதே அலைவரிசையில் உள்ளவர். தன் ஒலிப்பதிவுக் கூடத்துக்கு 'மழைத் துளிகளால் செய்த வீணை' எனப் பெயர் வைத்திருக்கும் மெல்லிய மனசுக்காரர்.

'கொடுவா மீசை' பாடலின் சூழலைச் சொல்லி மிகவும் அவசரமாக படப்பிடிப்புக்கு தேவைப்படுவதால் 'உடனே எழுத வேண்டும்' என்றார் இயக்குநர் தரணி. வித்யாசாகரின் ஒலிப்பதிவுக் கூடத்தில் மாலையில்

நா.முத்துக்குமார்

தொடங்கி இரவு மூன்று மணி வரை அமர்ந்து எழுதிக் கொடுத்தேன். அந்த இரவின் ஒவ்வொரு நிமிடமும் காட்டு நெருப்பின் முன்பு அமர்ந்து வார்த்தைகளால் நடனமாடுவது போல இருந்தது.

பாடல் வெளியாகி பிரபலமானதும் திருநெல்வேலி யில் இருந்து ஒருவர் பேசினார். தான் ஓர் உடற்பயிற்சிக் கூடம் நடத்தி வருவதாகவும் ஒவ்வொரு நாள் அதிகாலையிலும் இந்தப் பாடலைக் கேட்டுவிட்டுத்தான் உடற்பயிற்சி செய்யத் தொடங்குவதாகவும் சொன்னார். ஏதோ ஒரு கல் எங்கோ ஒரு குளத்தில் அலை எழுப்பிக்கொண்டுதான் இருக்கிறது. ஒரு தனியார் வானொலி அதிகாரப்பூர்வமாகத் தன் நிகழ்ச்சியைத் தொடங்குவதற்கு முன் மக்களிடம் கருத்து கேட்டு எல்லோராலும் அதிகமாக விரும்பிக் கேட்கப்பட்ட பாடல் என இந்தப் பாடலை தன் முதல் பாடலாக ஒலிபரப்பி, நிகழ்ச்சியைத் தொடங்கியது என்பது இப்பாடலின் சிறப்பு.

பல்லவி

கொடுவா மீசை அருவா பார்வை
ஆறுமுகம்தான் கைய வெச்சா தூள்
கடவாப் பல்லு தங்கப் பல்லு
அடுத்த பல்லு சிங்கப் பல்லு தூள்!

போடா வெண்ணெ போட்டியின்னா
சொல்லியடிப்பேன் தூள்!
தோழாயின்னு யாரும் வந்தா
தோளு கொடுப்பேன் தூள்!

ஏய்... அட்ரா சக்கை.... அட்ரா சக்கை...
வாடா நைனா!

சரணம்-1

சுண்டைக்கா வெண்டைக்கா பொண்ணுங்க நடுவே
சூரக்கா உடைச்சி ஜெயிச்சாக்கா தூள்!
குண்டக்கா மண்டக்கா பேச்சுக்கு எதிரே!
கண்டிப்பா கோட்டைய புடிச்சாக்கா தூள்!

கட்டபொம்மன் பேரன்டா
தொட்டதெல்லாம் தூள்
காட்டுத்தேக்கு தேகம்டா
கெட்டப் எல்லாம் தூள்!
எட்டுத்திக்கும் எம்பாட்டு
மெட்டுக் கேக்கும் தூள்!

ஏய்... அட்ரா சக்கை... அட்ரா சக்கை...
வாடா நைனா!

சரணம்-2

மானுக்குக் கொம்புடா யானைக்குத் தந்தம்டா
மக்கா என் பெருமை அன்புடா தூள்!
சிங்கம்னா சீறும்டா சிறுத்தைன்னா பாயும்டா
என்னோட பலமெல்லாம் வீரம்டா தூள்!

கட்டபொம்மன் பேரன்டா தொட்டதெல்லாம் தூள்!
காட்டுத் தேக்கு தேகம்டா கெட்அப்பெல்லாம் தூள்!
ஏய் .... அட்ரா சக்கை .... அட்ரா சக்கை ...
வாடா நைனா!

24. கருப்பு வெள்ளைப் பூக்கள் பிறந்த கதை

சில மாதங்களுக்கு முன்னால், சூரியன் மறைந்து விண்மீன்கள் எழுந்த அந்தி நேரத்தில், இயக்குநர் ஏ.ஆர். முருகதாஸ் தொலைபேசியில் என்னைத் தொடர்பு கொண்டார். 'கஜினி' ன்னு ஒரு படம் பண்றேன். அதுக்கு ஒரு காதல் பாடல் எழுதணும். ஹாரிஸ் ஜெயராஜ் இசை அமைக்கிறார். ஸ்டூடியோவுக்கு உடனே வர முடியுமா?" என்றார். சென்றேன். இசை அமைப்பாளர் ஹாரிஸ் ஜெயராஜ் இசையில் ஏற்கனவே 'சாமி', 'கோவில்', 'அருள்' 'அரசாட்சி', 'அந்நியன்' 'தொட்டி ஜெயா' போன்ற படங்களில் பாடல்கள் எழுதினேன். ஆனால், ஏ.ஆர்.முருகதாஸுடன் 'கஜினி' தான் எனக்கு முதல் படம்.

ஹாரிஸ் ஜெயராஜ் எப்போதும் இரவில்தான் இசை அமைப்பார். கவிதைகளின் ரசிகர் அவர். தனது இசையில் பாடல் வரிகள் ஒவ்வொன்றும் கவித்துவமாக அமைந்திருக்க வேண்டும் என்று நினைப்பார். கவிஞர்களுக்கு முழு சுதந்திரம் கொடுப்பார். முருகதாஸ் தனது படங்கள் மூலம் தனக்கான இடத்தைத் தக்க வைத்துக் கொண்டவர். தோற்றத்தில் மிக எளிமையாக இருந்தாலும், திரைக்கதையில் வலுவானவர். ஓரிரு வரிகளில் 'கஜினி' கதையையும், சூழலையும் விளக்கினார்.

ஹாரிஸ் ஜெயராஜ் மெட்டை வாசித்துக் காட்டினார். கண்களை மூடிக் கேட்கும்போது, பூக்கள் நிறைந்த மலைச்சிகரத்தில் பயணிப்பது போன்ற லயமான ஒரு மெட்டு. "இந்த மெட்டுக்கு ட, ட், போன்ற வல்லின எழுத்துகளைப் பயன்படுத்த முடியுமா...?'' என்று ஹாரிஸ் ஜெயராஜ் கேட்க, "தாராளமாக" என்றேன். "இன்றிரவே பாடல் எழுத வேண்டும். இரண்டு நாட்கள் கழித்து படப்பிடிப்புக்குத் தேவை" என்று இயக்குநர் சொல்லவே, எனக்குள் பரபரப்புத் தொற்றிக் கொண்டது. ஸ்டூடியோவில் பாடல்கள் பாடும் அறையில் அமர்ந்து எழுதத் தொடங்கினேன்.

மகாகவி பாரதியார் கவிதையில் இருந்து "சுட்டும் விழிச் சுடரே" வரியைக் கடன் வாங்கி பல்லவியின் முதல் வரியைத் தொடங்கினேன்.

இசை அமைப்பாளர், இயக்குநர் ஆகிய இருவருக்கும் பாரதியின் வரியில் பாடல் தொடங்குவது பிடித்திருந்தது.

நான் எழுதிக்கொண்டிருந்த அறையில் ஒரு பூங்கொத்து வைக்கப்பட்டிருந்தது. அந்தப் பூக்களைப் பற்றி யோசிக்கத் தொடங்கினேன்.

ஒரு பூ பூக்கும்போது புன்னகை பிறக்கிறது. பூ என்பது செடிகளில் வரையப்பட்ட சின்னஞ்சிறு ஓவியம். வாசனை ஊற்றி எழுதப்பட்ட கவிதைத் தாள். மெல்லிதழ் கண்ணாடியில் நகலெடுத்த குழந்தை முகம். நிறங்களின் மொழிபெயர்ப்பு. சந்தோஷ வடிவில் ஒரு கண்ணீர்த்துளி. பனி தூங்கும் மென்மெத்தை. பிரபஞ்சத்தின் ஆகப்பெரிய ரகசிய செப்பேடு, பூஜைக்குச் செல்வது குறித்த பெருமிதமோ, சுடுகாட்டுப் பாதைகளில் இறைந்து கிடக்கும் வருத்தமோ பூக்களுக்கு இல்லை. மொழிகளும், அர்த்தமுமற்ற ஒரு ஆழ்வெளியில் இருந்து புன்னகைக் கின்றன.

பூக்களை எப்போது நம் கண்கள் முதன்முறையாக பார்த்தன? அது எந்தப் பூ? செம்பருத்தியா? ரோஜாவா? மல்லிகையா? கனகாம்பரமா? மகிழம்பூவா? தாழம்பூவா? சாமந்தியா? பெயர் தெரியாத காட்டுப்பூவா? அது எந்த

இடம்? செவிலித்தாயுடன் நோய்த்துகள்கள் மிதக்கும் மருத்துவமனையா? வெளவால்கள் தலைகீழாகத் தொங்கும் கோவில் பிரகாரமா? வானவில் உடைந்து கிடக்கும் மலைச்சரிவா?

குறைந்த வெளிச்சத்தில் அணில் குஞ்சுகள் விளையாடும் உங்கள் வீட்டு முற்றமா? ராட்டினங்கள் இரைச்சலிடும் கிணற்றடித் தோட்டமா? அது எத்தருணம்? பனி கொட்டும் பின் விடியலா? சூரியன் ஸ்நேகமாகும் முன்காலையா? உறவினர்கள் ஒன்றுகூடிய திருவிழா மதியமா? ஈக்கள் வந்து முகத்தில் அமரும் மரண வீட்டின் இறந்த முகத்திலா? ஞாபக அடுக்குகளில் எத்தனை முறை தேடியும் அந்த முதல் பூ மட்டும் தன் மகரந்த குழல்களை மடித்து வைத்துக்கொண்டு ஒளிந்து விடுகிறது. அந்த முதல்நாள் அறிமுகத்தின் மிச்ச ஆச்சர்யங்கள்தான் எல்லாப் பூவிலும் ஒளிந்து கொண்டு நம்மைப் பரவசப்படுத்துகின்றன.

பூச்செடிகளை குழந்தைகள் நேசிக்க காரணம், அதன் எட்டிப் பிடிக்கும் உயரம் என்று தோன்றுகிறது. சட்டென்று பார்க்கையில் ஒரு பூச்செடி நிற்பது, ஒரு குழந்தை நிற்பதைப் போலத்தான் கண்களுக்குத் தெரிகிறது. மண்ணின் கருவறையில் பூக்கள் புதிர் போடுகின்றன. குழந்தைகள் தங்களுக்கு மட்டும் தெரிந்த ரகசிய பாஷையில் அதை விடுவித்துக்கொண்டிருக்கின்றன.

வாசனைக்கும் உபயோகத்துக்கும் மட்டுமா பூக்கள்? வாசனையற்ற பூக்களில் இயற்கை தனது நிறங்களால் கிரீடம் சூட்டி விடுகிறது. மஞ்சள் கொட்டிப் படர்ந்து கிடக்கும் நெருஞ்சிப் பூக்கள், சிவப்பில் குளித்த செந்தாமரைப் பூக்கள், ஆழி வண்ணத்தில் சங்குப் பூக்கள், வெளிர்பச்சையில் பைத்தியமாக்கும் ஊமத்தம் பூக்கள், ரோஸ் வண்ணத்தில் எறும்புகள் ஊறும் புங்கம் பூக்கள், காக்காப் பூக்கள், அந்திவானத்தில் குழைத்துச் செய்த கனகாம்பரப் பூக்கள், சூரிய ஒளியில் நிறம் வாங்கிய பீர்க்கம் பூக்கள், சப்பாத்திக் கள்ளிகளில் பூத்த அடர்மஞ்சள்பூக்கள் என்று பல்வேறு பூக்கள் நிறங்களின் சூதாட்டத்தை நடத்தி வருகின்றன.

புகைப்படங்களில் இருப்பது போலவே பூக்களிலும் கருப்பு, வெள்ளைப் பூக்கள் இருக்குமா? இருந்தால், அது எப்படி இருக்கும்? யோசித்துப் பார்த்தேன். கண்கள்தான் கருப்பு, வெள்ளைப் பூக்கள் என்று தோன்றியது. எல்லாப் பூக்களும் உதிர்ந்து விடும். ஆனால் கண்கள் என்னும் பூக்கள் மட்டும் உதிர்வதில்லை. ஒவ்வொரு முறை இதழ் அசைக்கும்போதும் பார்ப்பவர்களின் மனதை உதிரச் செய்கிறது. ஒரேநேரத்தில் பூவாகவும், வண்டாகவும் இருப்பது கண்கள்தான். காதலியின் கண்கள் வண்டை உண்கின்ற பூக்களன்றி வேறென்ன? இதை இந்தப் பாடலில் பதிவு செய்ய வேண்டும் என்று தோன்றியது.

"கருப்பு, வெள்ளை பூக்கள் உண்டா? அதை உன் கண்ணில் நான் கண்டேன். உன் கண்கள் வண்டை உண்ணும் பூக்கள் என்பேன்'' என்று எழுதினேன். எழுதியதை படித்ததும் ஹாரிஸ் ஜெயராஜும், முருகதாஸும் பாராட்டினார்கள். எழுத்தாளர் ஜெயமோகன் 'நீங்கள் எழுதியவற்றில் சிறந்த கவிதை இந்த வரிகள்' என்று சமீபத்தில் நேரில் சந்தித்தபோது சொன்னார். அப்போது என் நெஞ்சுக்குள் பூக்கள் பூத்தன. கருப்பு வெள்ளை அல்ல வண்ணப்பூக்கள்.

பல்லவி

ஆண்:

சுட்டும் விழிச்சுடரே... சுட்டும் விழிச்சுடரே...
என் உலகம் உன்னைச் சுற்றுதே
சட்டைப்பையில் உன் படம்
தொட்டுத் தொட்டு உரச
என் இதயம் பற்றிக்கொள்கிறதே!

உன் விழியில் விழுந்தேன்
விண்வெளியில் பறந்தேன்
கண்விழித்துச் சொப்பனம் கண்டேன்–உன்னாலே
கண்விழித்துச் சொப்பனம் கண்டேன்.

சரணம்-1

ஆண்:
மெல்லினம் மார்பில் கண்டேன்
வல்லினம் விழியில் கண்டேன்
இடையினம் தேடி இல்லை என்றேன்

பெண்:
தூக்கத்தில் உளறல் கொண்டேன்
தூறலில் விரும்பி நின்றேன்
தும்மல் வந்தால் உன் நினைவைக் கொண்டேன்

ஆண்:
கருப்பு, வெள்ளை பூக்கள் உண்டா?
உன் கண்ணில் நான் கண்டேன்–உன் கண்கள்
வண்டை உண்ணும் பூக்கள் என்பேன்.

சரணம்-2

பெண்:
மரங்கொத்தி பறவை ஒன்று
மனங்கொத்தி போனதின்று
உடல் முதல் உயிர்வரை தந்தேன்

ஆண் :
தீயின்றி திரியும் இன்றி
தேகங்கள் எரியும் என்று
இன்றுதானே நானும் கண்டுகொண்டேன்

பெண் :
மழை அழகா? வெயில் அழகா?
கொஞ்சும் போது மழை அழகு –கண்ணாலே
கோபப்பட்டால் வெயில் அழகு

25. தேநீர் குடிப்பதைப்போல்

சட்டென
சில்லிட்டதென் தேகம்
நடந்த என் பாதத்துக்குக் கீழ்
இறந்த மனைவியின் சீப்பு!

–ஜப்பானிய ஹைக்கூ கவிஞர் இஷா

மண்ணில் பிறக்கும் ஒவ்வொரு உயிரும் மரணத்துடன் சதுரங்கம் ஆடவே படைக்கப்பட்டுள்ளது. அவரவர் திறமையைப் பொறுத்து ஆட்டம் தொடர்கிறது. ஆயினும் கடைசிக் காயை நகர்த்துவது மரணத்தின் கைகளே.

மரணம் ஒரு மலர். உதிர்ந்த பிறகும் காற்றில் அதன் வாசனை கசிந்துகொண்டிருக்கிறது. மரணம் ஒரு புள்ளி. அது முற்றுப்புள்ளியா என்பது மரணத்துக்குப் பின்பே தெரியும். மரணம் ஒரு சங்கிலி. மீண்டும் நம்மை அது கருவறையின் கதகதப்பான இருட்டுக்கு அழைத்துச் செல்கிறது.

"நெடுநல் உளனொருவன் இன்றில்லை எனும் பெருமை உடைத்து இவ்வுலகு" என்கிறார் வள்ளுவர். "ஒத்த கல்லு மேடையிலே, உமி பறக்கும் கானலிலே... செத்த முன்ன வாழ்ந்தவங்க, செந்தூரம் போனதென்ன?" என்கிறது நாட்டுப்புற ஒப்பாரிப் பாடல். "எட்டுக்காலு வாகனம், எல்லோரும்தான் போகணும்" என்று புலம்புகிறது உழைக்கும் மக்களின் நகர்ப்புற கானாப் பாட்டு.

அந்த மாபெரும் வெற்றிடத்துக்கு முன்னும் பின்னும் ஒன்றுமில்லை. பறவையின் பாதை கிழக்கையும் மேற்கையும் அழித்துவிடுகிறது!" என்கிறது ஜென் தத்துவம். "ஏ இக்பால்! சாகும் வரை, உன் பிணத்தை நீதான் சுமக்க வேண்டும்" என்று தனக்குத்தானே சொல்லிக்கொள்கிறார் கவிஞர் இக்பால்.

'காலத்தச்சன் வெட்டி முறிக்கும் மரம்' என்று உடலின் நிலையாமையைப் பேசுகின்றன சித்தர் பாடல்கள். தேநீர் குடிப்பதைப் போல சூடாகவும், சுவையாகவும், ஆன்ம ரசிப்போடும் மரணத்தை எதிர்கொள்பவனின் மனநிலை புத்தரின் மனநிலையை ஒத்தது.

மரணிப்பவர் மறைந்தாலும் மரணத்தின் சுவடுகள் மறைவதில்லை. மரணத்தை விடக் கொடூரமானது மரணம் மண்ணிலும் மனத்திலும் விட்டுச் செல்லும் சுவடுகளே.

"இறந்தவனின் ஆடைகளை வைத்துக்கொண்டு என்ன செய்வதென்று தெரியவில்லை. யாருக்காவது தானமாகத் தரலாம் எனில் இறந்தவனின் சாயலை எதிர்பாராத இடத்தில் எதிர்பாராத நேரத்தில் எதிர்கொள்ள நேரும். எரிக்கலாம் என்றால் இறந்தவனை எத்தனை முறை எரிப்பது? இறந்தவனைப் போலவே சிக்கலாக இருக்கிறது இறந்தவனின் ஆடையும்" என்ற கவிஞர் மனுஷ்ய புத்திரனின் கவிதையைப் போல மரணத்துக்குப் பிந்தைய நிகழ்வுகள் நடுக்கமேற்படுத்துபவை.

'7 ஜி ரெயின்போ காலனி' படத்தில் 'நினைத்து நினைத்துப் பார்த்தேன்' பாடல் மரணத்துக்குப் பின் நிகழும் மனப் போராட்டங்களைப் பேசும் பாடல். இப்பாடல் மும்பையில் மெட்டமைத்து பதிவு செய்யப்பட்ட பாடல். புறாக்கள் படபடக்கும் மும்பையின் ஜூஹு கடற்கரைப் பின்னணியில் இயக்குநர் செல்வராகவன் முழுக் கதையையும் சொல்லி முடித்து, கடைசியில் கதாநாயகி விபத்தில் இறந்துவிடுகிறாள். அவளது உடலின் பின்னே நாயகன் சுடுகாட்டுக்கு தொடர்ந்து செல்கிறான். அப்போது அவன் மன ஓட்டங்களைப் பிரதிபலிக்கும்படி பாடல் வேண்டும் என்றார். இதே பாடலின் மெட்டில் பின்னர் இறந்து போன காதலி இப்பாடலின் வரிகளுக்கு பதில்

சொல்லி அவனுக்கு ஆறுதல் சொல்லும்படி இன்னொரு பாடலும் எழுத வேண்டும் என்றார்.

அறைக்குத் திரும்பினோம். கஜலின் அடர்த்தியோடும், அடிநாதமாய் இழையோடும் சோகத்தோடும் யுவனின் மெட்டு இருந்தது. ஒரு வரியும் எழுதாமல் இரவு முழுக்க கேட்டுக்கொண்டே இருந்தேன். ஒவ்வொரு முறை கேட்கும்போதும் நட்சத்திரங்களின் தகதகப்பும், அவற்றுக்குள் இருக்கும் இருண்ட பள்ளங்களின் கும்மிருட்டும் என மாறி மாறி மனம் ஒரு மௌனப் பெருவெளியில் சஞ்சரித்துக்கொண்டிருந்தது.

விடியற்காலை நாலரை மணிக்கு மனம் குவிந்து வரிகள் வந்து விழுந்தன. எழுதி முடித்து படித்துப் பார்க்கையில் ஒவ்வொரு வரிக்குப் பின்னும் நெருக்கமான ஒருவரின் மரணத்தின் வலி ஒளிந்திருந்தது. எல்லாப் படைப்பாளிகளும் எதிர்கொள்ளும் வலி இதுதான். படைப்பிற்காக கடந்த காலத்தில் பயணித்து மீண்டு வருகையில் சந்தோஷங்களை விட வலிகளையே ஒவ்வொரு படைப்பாளியும் கையில் எடுத்து வருகிறான். கே.கே.யின் காலம் இப்பாடலைக் கேட்கும் போதெல்லாம் என் கண்கள் கலங்கிவிடுகின்றன. மௌனம் புகையைப் போல மனத்திற்குள் படர்ந்து பரவுகிறது.

பல்லவி

நினைத்து நினைத்துப் பார்த்தேன்
நெருங்கி விலகி நடந்தேன்
உன்னால்தானே நானே வாழ்கிறேன்
உன்னில் இன்று என்னைப் பார்க்கிறேன்
எடுத்துப் படித்து முடிக்கும் முன்னே
எரியும் கடிதம் எதற்குப் பெண்ணே ?

சரணம்-1

அமர்ந்து பேசும் மரங்களின் நிழலும்
உன்னைக் கேட்கும் எப்படிச் சொல்வேன்?
உதிர்ந்துபோன மலரில் மௌனமா?

தூது பேசும் கொலுசின் ஒலியை
அறைகள் கேட்கும் எப்படிச் சொல்வேன்?
உடைந்து போன வளையல் பேசுமா?

உள்ளங்கையில் வெப்பம் சேர்க்கும்
விரல்கள் இன்று எங்கே?
தோளில் சாய்ந்து கதைகள் பேச
முகமும் இல்லை இங்கே!

முதல் கனவு முடிந்திடும் முன்னமே
தூக்கம் கலைந்ததே!

சரணம்-2

பேசிப் போன வார்த்தைகள் எல்லாம்
காலம்தோறும் காதினில் கேட்கும்!
சாம்பல் உதிரும், வார்த்தை உதிருமா?
பார்த்துப் போன பார்வைகள் எல்லாம்
பகலும் இரவும் கேள்விகள் கேட்கும்
உயிரும் போகும், உருவம் போகுமா?

தொடர்ந்து வந்த நிழலும் இங்கே
தீயில் சேர்ந்து போகும்!
திருட்டுப் போன தடயம் பார்த்தும்
நம்பவில்லை நானும்!

ஒரு தருணம் எதிரினில் தோன்றுவாய்
என்றே வாழ்கிறேன்!

டிஸ்கவரி புக் பேலஸ் வெளியீடுகள்

நா.முத்துக்குமாரின் படைப்புகள்

1. பட்டாம்பூச்சி விற்பவன் — ரூ.80
2. நியூட்டனின் மூன்றாம் விதி — ரூ.80
3. குழந்தைகள் நிறைந்த வீடு — ரூ.100
4. பச்சையப்பனிலிருந்து ஒரு தமிழ் வணக்கம் — ரூ.100
5. கிராமம் நகரம் மாநகரம் — ரூ.130
6. அ'னா ஆ'வன்னா — ரூ.120
7. கண்பேசும் வார்த்தைகள் — ரூ.140
8. பால காண்டம் — ரூ.90
9. என்னைச் சந்திக்க கனவில் வராதே — ரூ.60
10. நினைவோ ஒரு பறவை — ரூ.200
11. நா.முத்துக்குமார் கவிதைகள் — ரூ.400

நா.முத்துக்குமாரின் இந்த 11 புத்தகங்களின் விலை ரூ.1500

மொத்தமாக வாங்கினால் ரூ.1300 மட்டும்